Gomatha

Koduri Subabarao

గాయత్రీ గ్రంథమాల - 13
ప్రథమ ముద్రణ - 1000
ద్వితీయ ముద్రణ - 3000

సృష్టి సంవత్సరము : 197, 29, 49, 095

దయానందాబ్దము : 170
భావ, విజయదశమి, 1994

మూల్యము : రు. 7.00
(పోస్టు ఖర్చులు అదనము)

ప్రతులకు :

1 గాయత్రీ ఆశ్రమము,
12-10-586/6, వ్యాస్‌నగర్ (మేడిబావి),
సీతాఫలమండి, సికింద్రాబాద్ - 500 361

2. వైదిక సాహిత్య భండార్,
ఆర్య సమాజము, సుల్తాన్ బజార్,
హైదరాబాద్ - 500 001.

3. శ్రీ మాశెట్టి వెంకటేశ్వరరావు,
స్వస్తిక్ మెటల్ ప్రాడక్ట్స్, 3-3-738,
కంచరి బజార్, సికింద్రాబాద్ - 500 003.

4. శ్రీ ఆర్. కృష్ణమూర్తి, బుక్‌సెల్లర్,
ఆర్యసమాజ మందిరము, మెయిన్‌రోడ్డు,
సీతాఫలమండి, సికింద్రాబాద్ - 500 361

ఓమ్

మా నస్తోకే తనయే మా న ఆయౌ
మా నో గోషు మా నో అశ్వేషు రీరిషః,
వీరాన్ మా నో రుద్ర భామితో వధీర్
హవిష్మన్తః సదమిత్ త్వా హవామహే.
(ఋ. 1-16-114-8)

(రుద్ర) దుష్టులకు కష్టములనిచ్చి రోధింపచేయు ఓ పరమేశ్వరా ! (నః తోకే తనయే) మా బాలబాలికలను, (నః ఆయౌ) మా ఆయువును, (నః గోషు) మా ఆవులను, (నః అశ్వేషు) మా గుఱ్ఱములను, (నః హవిష్మన్తః వీరాన్) మా యజ్ఞము - సత్కార్మల నొనర్చు వీరులను (భామితః) క్రోధితుడవై, (రీరిషః) రోషయుక్తుడవై (మా వధీః) చంపకుము - హింసించకుము - కష్టములను కలిగింపకుము. (త్వా) నిన్ను (సదమ్ ఇత్) ఎల్లప్పుడును (హవామహే) మా హృదయమున ఆహ్వానింతుము గాక !

నీవు మా అంతర్యామివై మమ్ము నీ క్రోధమునకు గురియగు దుష్టకర్మములనుండి దూరము చేసి రక్షింతువుగాక !

సంపాదకీయం

ఆది మానవ సృష్టినుండి మహాభారత కాలము వరకు. గోవు మాతగా పూజింపబడిన ఈ భారతదేశంలో నేడు సంవత్సరానికి కోటికిపైగా గోసంతతి వధింపబడి వాటి మాంసం విదేశాలకు ఎగుమతి చేయబడుచున్నది. దీని వలన పశువుల ధరకూడా పెరిగిపోవుచున్నది. ఇప్పటికే వ్యవసాయ గ్రామాలలో చిన్న రైతులకు యాభై మిలియన్ల ఎద్దులు అవసరముగా నున్నవి. ఇవి వ్యవసాయమునకేగాక ప్రయాణసాధనములుగా కూడా నుపయోగపడును. దీని వలన మూడింట రెండు వంతుల చలనశక్తి లభించగలదు. కాని గోమాంస రుచి మరిగిన విదేశీయులను తృప్తి పరచి భాగ్యవంతులు కాగోరు మన పారిశ్రామిక వేత్తల వలన పశువుల ధర ఆకాశమునంటి చిన్నరైతులకు వ్యవసాయము చేయుటే కష్టమై పట్టణప్రాంతములు చేరుకొనగా, వారితోబాటు వ్యవసాయకూలీలుగూడా కూలినాలి కోసం పట్టణాలకు చేరుచున్నారు. తద్వారా పట్టణములలో రద్దీ పెరిగి అనేక సమస్యలకు, వాతావరణ కాలుష్యమునకు కారణమగుచున్నది. వీటన్నిటిని పరిచేయుటకు ఏకైక మార్గము 'సంపూర్ణ గోహత్యా నిషేధము' మనసా వాచా కర్మణా అమలు పరచుటయే!

ఈ స్వాతంత్ర్య ప్రజాస్వామ్య భారతదేశంలో ఓట్ల రాజకీయం రోజు-రోజుకూ పెరిగిపోయి ఓట్లకోసం, మైనారిటీల సంతృప్తికోసం అధిక జనుల ఆవేదనను, దేశాభ్యుదయమును విస్మరించి నేటి రాజకీయ నాయకులు సంపూర్ణ గోహత్యా నిషేధము అమలుపరచుటకు వెనుకాడుచున్నారు. ఇట్టి పరిస్థితులలో ప్రజలలో చైతన్యం కలగనిది, ప్రజల హృదయం స్పందించనిది ఈ సమస్య సమస్యగానే యుండును.

నేటి వైజ్ఞానిక యుగంలో ప్రతిదానిని వైజ్ఞానిక ప్రయోజనం దృష్ట్యా, ఆర్థిక ప్రయోజనం దృష్ట్యా అర్థము చేసికొనుచున్నారేగాని ప్రాచీన ఋషి-మునుల, మహాపురుషుల సందేశాలను అనుసరించలేకున్నారు. డా. కోడూరి సుబ్బారావు గారు పై విషయమును దృష్టిలో పెట్టుకొని నేటి ప్రజల మనస్తత్వానికి నచ్చచెప్పే విధంగా - తెలియజెప్పే విధంగా ఈ చిన్న గ్రంథాన్ని వ్రాశారు. వారి ముందు రచనల వలెనే ఈ 'గోమాత'ను కూడా పాఠకులు ఆదరించి ప్రచారము చేయుదురని ఆశించుచున్నాము.

-ప్రకాశకులు

విషయసూచిక

" గోమాతా విజయతామ్ "

గోమాతయే మన రాష్ట్రీయపశువై

విజయమును బొందును గాక !

తొలి పలుకులు

ఓం ఇన్ద్రో విశ్వస్య రాజతి,
శం నో అస్తు ద్విపదే శం చతుష్పదే, (యజు. 36-8)

భారతీయార్యులు గోవును పూజించుచు పవిత్రతకు ప్రతీకగ భావించుట సామాన్య విషయమే. కానీ ప్రాచీన కాలములో గోధనాన్నే ధనంగా భావించి ఎక్కువ గోవులను పోషించుటకు ప్రయత్నించేవారు. కాలక్రమంలో గోధన భూధనాలకన్న కరెన్సీ ధనాన్నే ధనంగా భావించటం జరుగుతూ వచ్చింది. దీనికి కారణం పాశ్చాత్య సంస్కృతి ప్రభావం. నేడు సామాన్య ప్రజలలో గోభక్తి ఉన్నా ధనాని కాశపడి గోసంతతిని కసాయి వాళ్ళ కమ్మివేయడం జరుగుతూ ఉంది. దీనితోబాటు ప్రభుత్వం చేసే మాంసాహారప్రచారం, విలాసప్రియుల చర్మవస్తువుల ప్రియత ముందు గోభక్తి నామమాత్రం అయిపోతూ ఉంది. నేడు ప్రజలు కేవలము ఆర్థిక ప్రయోజనాన్నే చూస్తున్నారు. గో పోషణ ఆర్థికంగా కూడ ప్రయోజనకరమేనని గుర్తింపచేస్తూ గోవు వలన కలిగే విశేష ప్రయోజనాలను వైజ్ఞానిక దృష్టికోణములో వివరించి ప్రజలలో మార్పుతేవాలనే ప్రయత్నమే ఈ గ్రంథ ప్రచురణ.

హిందీ భాషలో శ్రీ పిండీదాస్ జ్ఞానిగారు వ్రాసి ప్రచురించిన ' గౌ - విశ్వకీ - మా ' అను గ్రంథము చదివిన తదుపరి నేను ప్రభావితుడనై తెలుగు పాఠకులకొరకు వారు వివరించిన విషయములతోబాటు మరికొన్ని ఉపయోగకర విషయములుచేర్చి వ్రాయాలని సంకల్పము కలిగినది. ఆరోగ్యము సరిగా లేకపోయినా శ్రీమతి వేలూరి ఛాయదేవి వ్రాసి పెట్టగా, శ్రీ టి. సూర్యనారాయణ గారు దానిని ప్రెస్ కాపీగా చేయగా, చిరంజీవి జయరాజ్ మొదలగు వారు ప్రూఫ్‌లు దిద్దుటలో సహకరించగా, శ్రీశ్యాం ఇంప్రెషన్స్ శ్రీ మాశెట్టి వేంకటేశ్వరరావు గారు ముద్రణలో సహకరించగా శ్రీ ఉప్పల రాజేశ్వర్ రావుగారి దాతృత్వంతో ఎటులో ఈ చిన్న పుస్తకమును తయారు చేయగలిగితిని. ఇది చదివి పాఠకులు ఏవైనా సూచనలు చేసిన మలి ముద్రణలో సవరించుకొన ప్రయత్నము చేయుదుము.

బుధ జన విధేయుడు,
డా. కోడూరి సుబ్బారావు

గోమాత

" గావః విశ్వస్య మాతరః " గోవులు విశ్వమానవులందఱకు అన్ని వయసులలోను పాలనిచ్చును గాన అవి తల్లివంటివని ఆప్తవచనము.

అవి మన హిందువులని వ్యవహరింపబడు భారతీయార్యులకే గాక మానవమాత్రులందఱికి తల్లి వంటివి. బాల్యములో తల్లి పాలు మన శరీరమును పెంచి పోషించును. అందుచే మనకు తల్లి పట్ల స్పర్శభావన కలుగును. మమకార బంధమేర్పడును. మనము కొద్ది కాలమే ఆ మాతృదుగ్ధమును గ్రోల గలుగుదుము. శిశువు వయసు పెరిగిన కొలది తల్లిపాలు తగ్గుచుండును. క్రమముగా యితర ఆహార పదార్థములు తినుట కారంభించును. ఆరోగ్యదృష్టితో కూడా ఆరునెలల తదుపరి పాలు మాత్రమే సరిపోవు. కొంత ఘనాహారము పిండి పదార్థములు, మాంసకృత్తులు, క్రొవ్వులు మొదలగునవి అవసరమగును, అట్లని కేవలము అవియే సరిపోవు. వాటితో బాటు పాలు కూడా అవసర మగును. పాలు లేని యెంత పోషకవంతమైన ఆహారమైనను అసమగ్రముగాను, అసంతృప్తిగాను యుండును. పాలు ఆహారమును స్వాదిష్టము చేయును.

ఎదిగే పిల్లలకు, బుద్ధితో పని జేయువారికి, విద్యార్థులకు, క్రీడాకారులకు, గర్భిణీస్త్రీలకు, పాలిచ్చుతల్లులకు పాలు చాలా అవసరము. జ్వరాదులలోను, జీర్ణకోశ బలహీనతలలోను పాలు తప్పక అవసరమగును. వారు వీరని యేల అందరకు పాలు యేదో ఒక రూపములో - పెరుగు, వెన్న, నెయ్యి మొదలగు రూపములలో అవసర మగుచునే యుండును. కనుక పాలు మానవ మాత్రులందఱకు, అన్ని వయసులలోను అవసరమగు ఆహారము.

తల్లి రక్తము పాలుగా మారి శిశువునకు ఆహార మగును. మరల ఆ పాలు శిశువు శరీరములో రక్తముగా మారును. అందుచే బంధువుల కంటెను, తండ్రికంటెను కూడా తల్లి వట్ల యెక్కువ అనురాగ మేర్పడును, రక్త స్పర్శ యేర్పడును. అనగా తల్లి రక్తమే కొన్ని మార్పులతో మన రక్తముగా మారి శరీరములో ప్రవహించు చుండును. అట్లే జంతువుల రక్తము కూడా పాలుగామారి వాటి శిశువులకు ఆహార మగును. తదుపరి రక్తముగా మారును. జంతువులలో బుద్ధి వికాసము లేనందున ఆ మమకార బంధము, ఆ స్పర్శబంధము పాలు త్రాగు వయసువరకే యుండును. కాని మానవులకు మరణ పర్యంత ముండును. తల్లిపాలు మన శరీరములో రక్తముగా మారునట్లే జంతువుల పాలు కూడా మన శరీరములో రక్తముగా మారును. కనుక మనము యే జంతువుల పాలు త్రాగెదమో ఆ జంతువు యొక్క రక్తము కొన్ని మార్పులతో మన రక్తముగా మారి శరీరములో ప్రవహించు చుండును. గాన పాలిచ్చు జంతువులు మనకు తల్లివంటివి యగును.

మానవ జన్మ బహుమూల్యమైనది. వికసించిన పది యింద్రియములతో బాటు అంతరింద్రియమైన మనసు కూడ వికసించి యుండును. సత్యా సత్యములను, ధర్మా ధర్మములను, కర్తవ్యా కర్తవ్యములను తెలుసుకొను బుద్ధి మానవునకు గలదు. జీవరాసులలో మానవుడు శ్రేష్ఠతమ ప్రాణిగా చెప్పబడును. మానవుడొక్కడే యున్న యెడల " శ్రేష్ఠతమ ప్రాణి " యని చెప్పుటకు వీలు పడదు. మరి కొన్ని ప్రాణులతో పోల్చినప్పుడే " శ్రేష్ఠతమ " అను పదము మానవునకు వర్తించును. మానవులంతా ఒక జాతి యగుదురు. అట్లే ఆవు జాతి, కుక్క జాతి, పిల్లి జాతి మొదలగునవి యేర్పడును. దీనినే ఋషులు " సమాన ప్రసవాత్మికా జాతిః " అని నిర్వచించిరి. ఒకే రకమైన ప్రసవము అనగా తల్లి గర్భములో పెరిగి ఆకారము గల

శరీరము ధరించి ఒక క్రమములో గర్భమునుండి బయటకు వచ్చుట. ఈ జీవ జాతులతో మన సంబంధము నాలోచించినప్పుడు కొన్ని ప్రాణులతో మనకు దగ్గఱ సంబంధమును, మఱికొన్ని ప్రాణులతో దూరపు సంబంధమును కలిగి యున్నట్లు తెలియగలదు. ఏ జీవరాసులు మనకు దగ్గఱ సంబంధము కలిగియున్నవో అవి మన జీవన నిర్వాహణకు పరస్పర సహాకారులగును.

వేదములందు మూడు రకముల ప్రాణులు మానవునితో దగ్గఱ సంబంధము కలిగి యున్నట్లు చెప్పబడినది. అవి మొదటిది గో వర్గము, రెండవది అశ్వ వర్గము, మూడవది శ్వ వర్గము. అందు మనకు పాలనిచ్చు జంతువులైన గోవు, గేదె, మేక, ఒంటె మొదలగునవి గో వర్గమునకు చెందును. ప్రయాణమున కుపకరించు గుఱ్ఱము, ఎద్దు, గాడిద, ఒంటె మొదలగునవి అశ్వ వర్గమునకు చెందును. మన యిండ్లయందు పెంచబడు కుక్క, పిల్లి మొదలగునవి శ్వ వర్గమునకు చెందును. ఇందు గో వర్గము మనకు అత్యంత సన్నిహితము, ఉపయోగకరము, ప్రియతమము, శ్రేష్ఠము నగును. ఎందుచేత ననగా వాటి పాలను త్రాగు చుండుటవలన వాటిపై మాతృభావన కలుగును. మనకు యితర జంతువుల అవసరమున్నను గో వర్గము అత్యావసరమగును. అవి లేనిది మన జీవన నిర్వాహణ అసంపూర్ణముగనే యుండును.

తల్లి మనకు పాలిచ్చి పోషించును. కనుక ప్రథమ దేవత యగును. అట్టి తల్లిని దేవునితో పోల్చి చూచిన దేవునితో సమానముగనే కనుపించును. ఋగ్వేదములో నొక చక్కటి భావన గలదు

వస్యాః ఇంద్రాసి మే పితురుత
భ్రాతృ రభుఞ్జతః
మాతా చ మే ఛత యతః సమావసో,
వసుత్వానాయ రాధసే (ఋ 8-1-6)

ఓ పరమేశ్వరా ! నీవు నా తండ్రితో పోల్చిన చాలా గొప్ప-వాడవు. మఱియు నా సోదరుని కన్నను గొప్పవాడవు. కాని ఓ ప్రభో ! నా తల్లితో పోల్చిన ఆమె నీవంటిది గానే కనబడుచు-న్నది. ఎందుకనగా మీరిద్దఱు నాకు జన్మనిచ్చి పాలించుటయేగాక నా యున్నతిని కోరుచుందురు.

పై మాతృభావము నుండి యొకమెట్టు దిగి గోమాతను మన తల్లితో పోల్చిన " ఓ తల్లీ ! నీవు అశ్వము, కుక్క మొద-లగు పశువు లన్నింటి కన్నను చాలా గొప్పదానవు. కాని గోవుతో నిన్ను పోల్చిన నీవు గోవుతో సమానముగనే తోచుచున్నావు. మీరి-ద్దఱు నన్ను బాల్యములో పాలించిన వారే. నీవు ఒక వత్సరము పాలించిన గోమాత జీవిత పర్యంతము పాలించుచున్నది. అంతి-మదశలో యే ఆహారమును జీర్ణము చేసుకోలేని మాకు గోక్షీరమే అమృత తుల్యము లగుచున్నవి."

పాలలో ఆవు పాలు శ్రేష్ఠతమమైన ఆహారము. అవి తల్లి పాలతో దగ్గఱ సంబంధము - పోషకతత్వముల పాళ్ల సమానత కలిగి యుండును. అందుచే తేలికగా జీర్ణమై రస రక్తములలో కలిసి పోవును. అందులోని సూక్ష్మతత్త్వములు బుద్ధిని వికసింప జేయును. మెదడులోని గ్రేమేటరు (Grey Matter) ను పెంచును. శరీ-రమునకు కాంతినిచ్చును. అంతకన్నను సూక్ష్మతత్త్వము మనలో సత్త్వగుణమును, చురుకు తనమును కలిగించును. మఱియొక అద్భుత తత్త్వము రోగక్రిమి సంహారకముగను, విషనాశకముగను పని జేయును. అందు చేతనే హిందువులని వ్యవహరింపబడు భారతీ-యార్యులు గోదుగ్ధ గుణములను గుర్తించి వాటిని తమ క్షీరావస-రములకు వినియోగించు కొనిరి. గో సంపదనే సంపదగా నెంచిరి. గో దానమునే శ్రేష్ఠదానముగా నెంచిరి. గో ఘృతముతో యజ్ఞాదులు

చేసి భారతావనిని సస్యశ్యామల మొనర్చిరి. అందుచే భారతీయులకు ఆవు పూజింపదగిన జంతువయ్యెను. గోమాత యయ్యెను.

పరమేశ్వరుడు యీ సృష్టిలోని పదార్థములన్నిటిని యేదో ఒక ప్రయోజనము కొరకే సృష్టించెను. ఒక్కొక్క వస్తువు వలన అనేక ప్రయోజనములు కలుగును. వాటిని చక్కగా అధ్యయనము చేసి వాటి వలన ఆ యా ప్రయోజనముల పొందుటయే బుద్ధి మంతుల కర్తవ్యము, న్యాయము నగును. విపరీతముగా వాని నుపయోగించుట వివేకహీనత, అన్యాయము నగును. ఏ ప్రయోజనముల కొఱకు నేత్రములు రచింపబడినవో వానితో ఆ ప్రయోజనములు నేరవేర్చుకొనవలయునే కాని దుర్వ్యసనములతో వాటిని చెడగొట్టుకొనరాదు. పక్షపాతము విడిచి యాలోచింతుమేని గోవు మున్నగు పశువుల రక్షణవలన మానవ మాత్రులందఱకు చాలా మేలు కలుగును. వాటిని వధించి మాంసమును భక్షించిన బంగారు గ్రుడ్లను పెట్టు బాతును చంపి తినుటయే యగును.

ఋగ్వేదమునందు గో క్షీరముల వలన కలుగు విస్తృత లాభములను గూర్చిన చక్కటి వేదమంత్ర మొకటి కాననగును.

యూయం గావో మేధయథా కృశంచిత్
అశ్రీరం చిత్ కృణుధ సుప్రతీకమ్,
భద్రం గృహం కృణుథా భద్రవాచోబృహత్
వో వయ ఉచ్యతే సభాసు . (ఋ. 6-28-6)

ఓ గోమాతా ! నీవు దుర్బలుని, కృశించిన వానిని హృష్టపుష్టునిగా జేయుదువు. శోభా రహితుని చూడముచ్చటగా చేయుదువు. అట్టి నీవు మా గృహమును కల్యాణకరము జేయుము. నీ గొప్పతనమును (గొప్పజీవనమును) మా సభలలో ఉచ్చస్వరముతో కీర్తింతుము గాక !

ఈ మంత్రములో గోవు చేయు గొప్పప్రయోజనములు వివరింపబడినవి. 'కృశంచిత్ మేధ యథా' - ఓ గోమాతా! నీవు కృశించిన వానిని పుష్టివంతునిగా చేయుదువు. తల్లి గర్భము నుండి కృశతాంగములతో శిశువు బయటకు వచ్చును. తదుపరి మాతృదుగ్ధములతో పుష్టిని పొందును. అప్పుడు ఆ శిశువు అన్నముగాని, పండ్లుగాని తిన లేకుండును. తల్లి పాలే అన్నము, పండ్లు యగును. అట్లే గోవులు, గేదెలు, మేకలు మొదలగునవి మాతృగర్భము నుండి కృశతాంగములతో బయటకు వచ్చి తమ తల్లి పాలవలన పుష్టిని పొందును. పెరిగిన తదుపరి ఆ జంతువులకు తల్లి పాలతో పనిలేదు. గడ్డి గాదములను తిని పుష్టిని బొందును. మానవునికి గూడ పెద్దగానైన తదుపరి తల్లి పాలతో బనిలేదు. కాని జంతువుల పాలు అవసరమగును. మనము ప్రపంచదేశములను పరిశీలించిన పాలిచ్చు పశువులు లేని దేశము కానరాదు. కొన్ని ప్రాంతములలో ఆవు పాలు విశేషముగా వాడుదురు. దక్షిణ భారత దేశము, నేపాలు మొదలగు చోట్ల గేదెల పాలు విశేషముగా వాడుదురు. పశ్చిమ ఆసియా, భారత దేశము నందలి కొన్ని భాగము లందు మేకల పాలు వాడుచుండుటయు గలదు. అరబ్బులు వారి దేశములో ఒంటెల పాలు త్రాగుదురు. అందుచే వారికి ఒంటెలే గోవు లగును. ఎచట యే పాలు యెక్కువగా వాడుదురో వాటిని ఆ దేశపు గోవులుగా భావించి వాటి పట్ల మాతృభావన కలిగి యుండవలెను.

పాలు శరీరనిర్మాణమునకు అత్యవసరమైన ఆహారము. పాలయందు మాంసకృత్తులు, క్రొవ్వులు, కార్బొహైడ్రేట్లు, విటమిన్లు, సేంద్రియ లవణములు, శరీర ఆరోగ్యమును వృద్ధిపరచు పోషక పదార్థములు, విటమిన్లు గలవు. పాలయందలి మాంసకృత్తుల యందు దేహ నిర్మాణమున కవసరమగు అమినోయాసిడులు గలవు. అవి చాలా తేలికగా జీర్ణమగు ఆల్బుమిన్ రూపములో నుండును. పాల యందలి

క్రొవ్వు వెన్న రూపములో సూక్ష్మాతి సూక్ష్మమైన కణములుగా విభజించబడి యుండును. కనుక అతి సులభముగా జీర్ణమగును. పాల యందలి కార్బోహైడ్రేటులు అతి తేలికగా జీర్ణమగు లాక్టోస్-రూపములో నుండును.ఈ లాక్టోస్ ఆహారముగాను, చిన్నప్రేవులలో లాక్టిక్ యాసిడ్‌గా మారి జీర్ణక్రియకును తోడ్పడును. పాలయందు విటమిన్ 'ఎ' అధికముగా గలదు. కనుక రోగనిరోధక శక్తిని పెంచి దేహమును వ్యాధులబారినుండి కాపాడును. ఇందలి 'బి'కాంప్లెక్స్‌తో నాడీమండలము బలపడును. 'డి' విటమిన్ వలన యెముకలు బల-పడును.

పాలయందు కాల్షియం, ఫాస్పరస్, పొటాషియం, సోడియం అధికముగా నుండును. సున్నపునీటియందు కన్నను పాలయందు కాల్షియం యెక్కువగా నుండును. ఇందలి కాల్షియం ఫాస్ఫరస్‌లు అతితేలికగా జీర్ణమై శరీరధాతువులుగా మారిపోవును.

ప్రపంచమునందు అనేక చోట్ల పాలను ఆహారముగా నిచ్చి పరిశోధనలు జరిపిరి. ఇంగ్లాండు నందు ఒక గురుకుల పాఠశాలలో విద్యార్థులను రెండు వర్గములుగా విభజించి ఒక వర్గము తీసుకొను ఆహారములో రోజు ఒక్కంటికి ఒక పైంటు (2 1/2 లీటర్లు) పాలు ఆహారముతో బాటు యివ్వగా ఒక సంవత్సరములో 7పౌన్ల బరువు, 2 అడుగల 6 అంగుళముల పొడవు పెరిగిరి. రెండవ వర్గమువారు (పాలులేని రొట్టెలు, మాంసాదులు తినినవారు) ఒక సంవత్సరకాల-ములో 3.85 పౌనుల బరువు ఒక అడుగు యెనిమి దంగుళముల (1'.8'ల) యెత్తు మాత్రమే పెరిగిరి. ఈ ప్రత్యక్ష పరిశోధన ఆయు-ర్వేదాచార్యుడైన చరకుని మాటలకు సరిపోవుచున్నది. చరకుడు" పాలు బలసంపన్నతకు, జ్ఞాపకశక్తిని అభివృద్ధి పరచుటకు, నీరస-మును తొలగించుటకు, దీర్ఘాయువునకు దివ్యౌషధము వంటివి"అని చెప్పిరి.

దేశీయ వైద్య విధానము నందు చికిత్సా పద్ధతులలో క్షీరచికిత్స యొకటి. క్షీర చికిత్స వలన నరముల బలహీనత, నీరసము, మలబద్ధము, అజీర్ణము, మూలశంక, నిద్రలేమి, జీర్ణాశయ వ్రణములు, సయాటికా మొదలగు రోగములు కుదురుచున్నవి. ఈ చికిత్సలో కేవలము పాలనే ఆహారముగా నిత్తురు. చికిత్సా కాలములో రోగియందలి బాధలు తగ్గుటయేగాక బరువు కూడా పెరుగును. ధాతువులు బలపడును. అయుర్దాయము వృద్ధిఁజెందును. కనుక " యూయం కృశం చిత్ మేధయధా " అను వాక్యము అతిశయోక్తి కానేరదు.

"అశ్రీరం చిత్ సుప్రతీకమ్ కృణుధా" - ఓగోమాతా! శ్రీరహితుని సుప్రతీకునిగా అనగా కురూపిని సుందర కాయునిగా నీవు తయారు చేయుదువు. పరమేశ్వర నిర్మితమైన మానవశరీరము పశు పక్ష్యాదులతో పోల్చిన వాటికన్న బహుసుందరముగా నుండును. నిటారుగా నిలబడి నడుచుటయేగాక మానవుడు పరుగులెత్తగలడు. లయవిన్యాసములతో నాట్యమాడగలడు. తన హావభావములను చేతులతోనేగాక ముఖకవళికలతోకూడా వ్యక్తపరచగలడు. అట్టి సుందర శరీరముకూడా సరైన పోషణ లేనపుడు శ్రీరహిత మగును. కురూపిగా నగును. సౌందర్యము బయటి అలంకరణలవలన లభించునది కాదు. అది పుష్టికరమైన ఆహారముద్వారా లభించును. దానితోబాటు అనారోగ్యములేని స్వస్థ శరీరమై యుండవలెను. ఆరోగ్యము సరిగాలేనిచో మన సౌందర్యమును సరిగా కాపాడుకొనలేము. సౌందర్యము ఆరోగ్యమును సూచించు చుండును.

ఆవుపాలయందు గల కెరటిన్ మన చర్మమును ప్రకాశవంతముగా చేయును. ఆవుపాలయందలి క్రొవ్వు మనదేహమును పుష్టివంతము చేయుటయేగాక సుందరముగా తీర్చి దిద్దును. ముఖ్యముగా సౌందర్యము మన శరీరములోని చర్మముక్రింద నుండు క్రొవ్వుపొర

వలన ఏర్పడును. అట్లని క్రొవ్వు అధికముగా నున్నవారు సౌంద-ర్యవంతులు కాకపోవచ్చును. ఆ క్రొవ్వు ఎచట ఎంత నుండవలెనో అంతయుండిన ఆ అంగము సుందరముగా నుండును. ఆవుపాల వలన యేర్పడిన క్రొవ్వు అట్టి సమతుల్యతను కాపాడి సుందర-మైన శరీరముగా తీర్చిదిద్దును. ధాతుశక్తిని పెంచి ముఖమునందు సౌందర్యమును పెంచును. ఇంద్రియ శక్తులను అభివృద్ధి పరచును.

"భద్రం గృహం కృణుథా!" ఓ గోమాతా! నీవు మాగృహమును కల్యాణకరము చేయుచున్నావు. గోవు గృహమును శోభాయమాన మెట్లు జేయును?

గోవులున్న యిండ్లలో లేగదూడల అరుపులు గృహమును శోభా-యమానము జేయును. గోదుగ్ధమును త్రాగిన ఆ ఇంటిలోని వారు బలారోగ్యములతో సుందరముగా నుందురు. శిశువులు గోవుల పాలను త్రాగి తృప్తిచెందుదురు. గోఘృతముతో జేసిన అగ్నిహోత్రమువలన ఆ ఇల్లు రోగరహిత మగును. ఆవుపేడతో అలికిన ఆ ముంగిలి ఇంటివారికి, చుట్టుప్రక్కలవారికికూడా మేలుజేయును. అందుచేతనే పరాశర ఋషి తన గృహ్యాసూత్రములలో "గృహ ప్రవేశ " విధిని వివరించుచూ గృహ మెట్లుండవలెనో కొన్నిసూత్రములలో వివరించిరి. గృహమును " ఘృత మృచ్ఛయమానా! " అను విశేషణముతో జోడించిరి. అనగా ఘృతమును(నేతిని) ఉత్పాదించునది యని దీని అర్థము. మరొక సూత్రములో "అశ్వావతీ గోమతీ సూనృతా వత్యు-చ్ఛ్రియస్వ మహతే సౌభగాయ! అత్వా శిశురాక్రన్దత్వా గావోధేనవో వశ్యమానాః" ఓ గృహమా! అశ్వములతో, గోవులతో, సత్యభాషణ-ములతో కూడి నీవు నీ యజమానునికి సౌభాగ్యము జేయుము. ఈ ఇంట శిశువుల రోదనలతోబాటు ఆవుదూడల కేరింతలు, గోవుల సంతుష్టికరమైన అరుపులు సదా వినపడుచుండును గాక! అని ఆద-ర్శగృహము యేది యగునో వివరించిరి. గృహమును "అత్వాపరిశ్రుతః

కుంభ అదధ్నః కలశైః” గృహము పాలు పెరుగువెన్నలతో నిండిన కలశములతో వర్ధిల్లు చుండవలెనని దీవించిరి. కనుక గోవులు గృహమునకు కల్యాణకారకములు.

‘ భద్ర వాచో బృహద్ వో ఏయ ఉచ్యతే సభాసు,’ ఓ గోమాతా! నీ గొప్పజీవన చరిత్రను మా సభలలో ఉచ్చస్వరములతో కీర్తింతుము గాక! గోవువలన ప్రయోజనము పొందుటయేగాక ఆ గో మహిమను సభలలో కీర్తింపవలయునని పరమేశ్వరుని ఆదేశము. దేనివలన మనము మేలు పొందెదమో దానిని స్తుతించకున్న కృతఘ్నుల మగుదుము. అంతేగాక తోటివారి యున్నతికొఱకు మనము పొందిన లాభములను వారి కుపదేశించుట మన కర్తవ్యము. మన పిల్లలకు, ప్రజలకు గోమాతపై శ్రద్ధ కలిగించవలెను. అప్పుడే ఋషి ఋణము తీరును. ఆ స్తుతించునపుడు ‘బృహద్ ఉచ్యతే’ అనగా గొప్పగా కీర్తించవలెనని పరమేశ్వరుని ఆదేశము. పరమేశ్వరుని దృష్టిలో గోవు యెంతటి మహత్వ పూర్ణమైనదో ఈ యొక్కమాట మనకు విశదీకరించు చున్నది. కనుక ఓ పాఠకులారా! పరమేశ్వరాదేశము పాటించి గోభక్తులమై గో మహత్వమును ప్రపంచమునకు చాటుదము రండు.

వేదములలో గో ప్రశంస

వేదము పరమేశ్వర వాణి. అది మానవ సృష్టిసమయమున పరమేశ్వరుడు సర్వోత్తమ ప్రాణిగా మానవుని సృజించి వికసిత జ్ఞానేంద్రియములతో బాటు అంతరింద్రియమైన బుద్ధి నొసగి దానికి విషయముగా వేదము నుపదేశించెను. వేదములందు కేవల ఆధ్యాత్మిక జ్ఞానమేగాక మానవుడు ఉన్నతి పొందుటకు వలయు సాధనములన్నిటివి ఉపదేశించెను. అందు గోమహత్మ్యము నుపదేశించు మంత్రములెన్నియో గలవు. వేదములలో గోవునకు అదితి,

ధేనువు, అఘ్న్యా మొదలగు పర్యాయపదములు గలవు. ఋగ్వేదములో 723 సార్లు, యజుర్వేదములో 87 సార్లు, సామవేదములో 170 సార్లు, అథర్వవేదములో 331 సార్లు మొత్తము 1331 సార్లు 'గో'శబ్ద ప్రయోగము గలదు. అట్లే ఋగ్వేదములో 20 సార్లు, యజుర్వేదములో 5 సార్లు, సామవేదములో 2 సార్లు, అథర్వవేదములో 33 సార్లు, 'అఘ్న్యా' పదము కేవలము గోవు కొరకే ప్రయోగించబడినది. అఘ్న్యా అనగా హింసించరానిది యని అర్థము. 'ధేను'పదము ఋగ్వేదములో 76 సార్లు, యజుర్వేదములో 22 సార్లు, సామవేదములో 25 సార్లు, అథర్వవేదమునందు 43 సార్లు ప్రయోగించబడినది. ధేనువు అనగా తృప్తి పరచునది అని మూలార్థము. 'అదితి' పదము కూడా గోవుకొఱకు వాడిన సందర్భములు కలవు.

ప్రకరణమును బట్టి పై పదములకు వేరు వేరు అర్థములున్నను పై లెక్కలన్నియు విశేషించి గోవు కొఱకు వాడిన సందర్భములు. ఉదాహరణ కొరకు కొన్నిటిని మనము పరిశీలింతము.

1. సూయవసాద్భగవతీ హి భూయా అథో వయం భగవంతః స్యామ
అద్ధి తృణా మఘ్న్యేవిశ్వదానీం పిబ శుద్ధ ముదక మాచరన్తీ (అథర్వ 7-73-11)

హే అఘ్న్యే! ఓ హింసించరాని గోమాతా! నీవు మంచి యవాదులను భక్షించుచున్నావు. నీవు ఐశ్వర్యవతివి. అనగా అనేక సుఖముల నిచ్చుదానవు. అడవులలో, గ్రామములలో సంచరించుచు మాకు పనికి రాని గడ్డి గాదములను తినుచు శుద్ధోదకమును త్రాగుచు మాకు బలవీర్యాది ఐశ్వర్యముల నిచ్చు పాల నిచ్చు చున్నావు.

2. నమస్తే జాయమానాయై జాతాయ ఉత తే నమః
బాలేభ్యః శఫేభ్యో రూపాయాఘ్న్యే తే నమః
అథర్వ (10-10-1)

అఘ్న్యే! హింసించరాని ఓ గోమాతా! మాతృ గర్భమునుండి నీవు ప్రకటము కాగానే నీకు నమస్కరించు చున్నాము. నీ తోకకు, నీ గిట్టలకు కూడా మా ఆదర వందనములు. ఎందుచేతననగా నీవు పవిత్ర శరీరము కలిగి నీ దుగ్ధాదులతో మమ్ము రోగవిముక్తులను, బలవీర్యవంతులను జేయుచున్నావు. నీ మల మూత్రములు కూడా మాకు అనేక లాభములను చేకూర్చు. చున్నవి.

3. వశాం దేవా ఉపజీవన్తి వశాం మనుష్యా ఉత
వశేదం సర్వమభవత్ యావత్ సూర్యో విపశ్యతి
(అథర్వ 10-10-34)

ఓ గోమాతా! నీవు దేవతలకు, మానవులకు, రాక్షసాది సర్వులకు నీ దుగ్ధముల నిచ్చి పోషించుచున్నావు. ఎంతవఱకు సూర్యకిరణములు ప్రసరించుచున్నవో అంతవరకు నీవు జనులను పోషించుచున్నావు.

4. మాతారుద్రాణాం దుహితా వసూనాం స్వసాదిత్యానా
మమృతస్యనాభిః
ప్రనువోచం చికితుషే జనాయ మా గామనాగామదితి
వధిష్ట (ఋ-8-101-15)

గోమాత రుద్రబ్రహ్మచారులకు తల్లివంటిది. వసుబ్రహ్మచారులకు పుత్రిక వంటిది. ఆదిత్య బ్రహ్మచారులకు సోదరి వంటిది. మఱియు గోవు అమృతనాభి. అనగా అమృతము లభించు కేంద్రము. ఓ వివేకవంతులైన మానవులారా! అట్టి నిరపరాధియు దుగ్ధాది అమృతములనిచ్చు గోమాతను హింసించకుడు.

వసు బ్రహ్మచారి యనగా 24 సంవత్సరములు వయసు కలిగి ఒక వేదము చదువుకున్నవాడు. రుద్రబ్రహ్మచారి యనగా

32 సంవత్సరముల వయస్సు కలిగి రెండు వేదములు చదువుకున్నవాడు. ఆదిత్య బ్రహ్మచారి అనగా 48 సంవత్సరములు వయస్సు గలిగి నాలుగు వేదములు చదువుకున్నవాడు. అట్టి బ్రహ్మచారులకు గోమాత తల్లిగా, పుత్రికగా, సోదరిగా వారిని పోషించుచుండును.

రుద్ర పదమునకు గల అనేకార్థములలో ప్రాణము అని ఒక అర్థము. వసు పదమునకు గల అనేకార్థములలో 'వాస' - అస్థి మాంసము మొదలగు శారీరక సంపద అని ఒక అర్థము. ఆదిత్య పదమునకు గల అనేకార్థములలో రక్తము, వీర్యము మొదలగు తైజస తత్త్వము అని ఒక అర్థము. అందుచే గో దుగ్ధాదులు మన శరీరములోని ప్రాణశక్తికి తల్లిగాను, మాంసాదులకు కుమార్తెగాను, వీర్యాదులకు సోదరిగాను ఉండి ఆ తత్వములను పోషించు చుండునని అర్థము చెప్పకొన వచ్చును.

కొన్ని ప్రశ్నలకు సమాధానములు:-

కిం స్విత్ సూర్య సమం జ్యోతిః?
కిం సముద్ర సమం సరః?
కిం స్విత్ పృథివ్యై వర్షీయః?
కస్య మాత్రా న విద్యతే? (యజు. 23-47)
బ్రహ్మ సూర్య సమం జ్యోతిః
ద్యౌఃసముద్ర సమం సరః
ఇంద్ర పృథివ్యై వర్షీయాన్ ధి
గోస్తు మాత్రా న విద్యతే (యజు. 23-48)

మొదటి మంత్రములో విద్వాంసులకు కొన్ని ప్రశ్నలు కలవు. రెండవ మంత్రములో వానికి సమాధానములు చెప్పబడినవి.

ప్రశ్నలు

1. సూర్యుని వంటి స్వప్రకాశముగల పెద్ద వస్తు వేది?

2. సముద్రమువంటి జలముగల మఱియొక స్థాన మేది?

3. పృధివివంటి విశాలమైన పెద్ద గోళ మేది?

4. దేని మాత్ర అనగా లాభముల పరిధి లెక్కించలేము ?

జవాబులు:-

1. సూర్యుని వంటి పెద్ద ప్రకాశవస్తువు పరమేశ్వరుడు.

2. సముద్రము వంటి జలస్థానము అంతరిక్షము (అంతరిక్షమునందు జలము నీటియావిరిగా, తేమగా, మేఘములుగా నుండును.)

3. పృధివి వంటి విశాల గోళము సూర్యుడు.

4. దేని లాభములను గణించలేమో అది గోవు.

6. సదా గావః శుచయోః విశ్వధాయసః,
సదా దేవా అరేపసః. (సామ- 442)

గోవులు సదా శుద్ధముగా పవిత్రముగా నుండును. సదా ప్రపంచ మానవులకు దుగ్ధాదులనిచ్చి హృష్టపుష్టులనుగా చేయుచుండును. ఎందుచేత ననగా దివ్యగుణయుక్త పదార్థములు, వ్యక్తులు యెల్లప్పుడు నిర్దోషులుగా, శుద్ధులుగా నుందురు.

7. సంతానము, శరీర బలములకన్న గోవులను ముందుగా పొందగోరవలెను :-

గావః సంతు ప్రజాః సంత్వథో అస్తు తనూ బలం
తత్సర్వ మను మన్యతాం దేవా ఋషభ దాయినే

(అధర్వ 9-4-20)

ఓ పరమేశ్వరా! మావద్ద గోవులు, సంతానము, శరీరబలము పుష్కలముగా నుండునుగాక! విద్వాంసులు మహోవృషభమును దానము చేయువానిని గో ప్రజా బలములతో ఆశీర్వదించెదరు గాక!

8. గోవుకు మాతాపితరులతో సమాన స్థానము కలదు :-

స్వస్తి మాత్ర ఉత పిత్రే నో అస్తు
స్వస్తి గోభ్యో జగతే పురుషేభ్యః
విశ్వం సుభూతం సువిదత్రం నో అస్తు
జ్యోగేవ దృశేమ సూర్యమ్ (అథర్వ 1-31-4)

మా తల్లి దండ్రులకు, గోవులకు, జగత్తున కుపకరించు మహా-పురుషులకు సుఖశాంతులు ప్రాప్తించును గాక! సమస్త జగత్తు, పైన పేర్కొన్న పెద్దలు మమ్ము సుఖ విద్యాది సుశిక్షణలతో చిరకాలము జీవించుచు విశుద్ధ జ్యోతియగు పరమాత్మ దర్శనము చేయు మార్గమున మమ్ము నడుపుదురు గాక!

9. మాతృ వాత్సల్య ప్రతీక గోవు :-

సహృదయం సం మనస్య మవిద్వేషం కృణోమి వః
అన్యో అన్య మభిహర్యత వత్సం జాత మివాఘ్న్యా.
(అథర్వ 3-30-1)

ఓ మానవులారా! మీరు విశాల హృదయులు, ఆలోచనాపరులు, ద్వేషరహితులు కాగోరుచున్నాను. ఒకరినొకరు నవజాత వత్సమును గోమాత వలె ప్రేమించుకొనుచు ఒకరి యున్నతికి మఱొకరు తోడ్పడుచు ఉన్నతిని బొంద గోరెదను.

10. గోవు ఐశ్వర్య ప్రదాయిని:-

గావో భగో గావ యింద్రో మ యిచ్ఛాద్ గావః
సోమస్య ప్రథమస్య భక్షః
ఇమా యా గావః స జనాస యింద్ర యిచ్ఛామి
హృదా మనసా చిదింద్రమ్
(అథర్వ 4-21-5)

గోవులే ఐశ్వర్యము. గోవులే యింద్రియ బలవర్ధకములు. గో దుగ్ధములే సోమరసము నందు కలుపదగిన భక్ష్యములు. కనుక ఓ

మానవులారా! మనసుతో, హృదయముతో పరమైశ్వర్యయుక్త గోవు-లను పొంద గోరుదు.

11. గోవు తల్లి, పుత్రిక, సోదరివలె సహకరించుచు మన ఉన్న-తిని గోరును:-

మాతాదిత్యానాం దుహితా వసూనాం ప్రాణః ప్రజా-నామమృతస్య నాభిః
హిరణ్యవర్ణా మధుకశా ఘృతాచీ మహాన్ భర్గశ్చరతి మర్త్యేషు (అథర్వ 9-1-4)

గోవు ఆదిత్యులకు తల్లివంటిది. వసువులకు పుత్రికవంటిది. ప్రజలకు ప్రాణము వంటిది. గోవు మానవులకు అమృతము నిచ్చు నాభి (కేంద్రము). హిరణ్య వర్ణముతో మధువులను వర్షించు ఘృతాచి (నేతిని ఉత్పత్తిజేయు గోవు) మానవులలో వారి కష్టములను దూరము జేయుచు తిరుగాడుచున్నది.

12. సప్త మధువులలో రెండు మధువులు గో వృషభములు:-

యో వై కశాయా సప్తమధూని వేద మధుమాన్ భవతిః
బ్రాహ్మణాశ్చ రాజాచ ధేనుశ్చానడ్వాంశ్చ వ్రీహిశ్చయ-వశ్చ మధుసప్తమమ్ (అథర్వ 9-1-22)

ఎవరు ప్రజలను తనవైపు ఆకర్షితులను జేయు సప్త మధు-వులను తెలుసుకొందురో వారు ఉన్నతిని పొందుదురు.

సప్తమధువు లేవి యనగా :-

1. బ్రాహ్మణులు (విద్వాంసులు) 2. రాజులు 3. గోవులు 4. వృషభములు (ఎద్దులు) 5. వ్రీహిధాన్యము 6. యవధాన్యము 7. మధువు (తేనె)

గోవు కామధేనువు

కామధేనువు, కల్పవృక్షము అనుమాటలు ప్రాచీన గ్రంధములలో అచ్చటచ్చట కనబడుచుండును. ఇవి మనకు అతిశయోక్తులుగా గోచరించును. ఒకదాని మహాత్మ్యమును తెలుపుటకు అతిగా పొగడుటచే యిట్టి పొరపాట్లు జరుగుచున్నవి. కామధేనువనగా అనేక ప్రయోజనములను కలిగించు గోవు అనియు, కల్పవృక్షమనగా బహుళ ప్రయోజకారియైన వృక్షమనియు అర్థములు గ్రహించవలెను. ఆ దృష్టితో జూచిన గోవు బహుళ ప్రయోజనకారియైన కామధేనువు.

మహర్షి దయానందుడు తన "గో కరుణానిధి" అను లఘు గ్రంధమునందు ఒక్క అవు తన జీవిత కాలములో 25,478 మనుజులను ఒక మాటు తన పాలతో తృప్తి పరచగలుగునని లెక్కలు కట్టి వివరించిరి. ఆ గో సంతానముతో భావి తరములకు మరెంతో ప్రయోజనము కలుగుననియు, కోడెదూడల వలన వ్యవసాయాది పనులు నెరవేరుననియు, వాటి మల మూత్రముల వలన ఊసర క్షేత్రములు ఉర్వర క్షేత్రము లగుననియు సప్రమాణికముగా నిరూపించిరి. అట్లే పాలనిచ్చు గేదెలు, ఒంటెలు, మేకలు, గొఱ్ఱెలు మొదలగు వాని వలన కూడా యెంతో ప్రయోజనము కలుగుననియు, పాలిచ్చు జంతువులలో గోవు సర్వోత్తమమైనదనియు నిరూపించిరి. "పశువులు సారము లేని గడ్డిగాదములు, ఆకు అలములు తిని జీవించుచు సారవంతములగు పాలు, నేయి మొదలగు రత్నముల నుత్పన్నము చేయును. ఎద్దులు వ్యవసాయాది పనులలో సహకరించి వివిధ ధాన్యముల నుత్పత్తి జేయును. వీని ద్వారా మానవుల జీవనము జరుగుటయే గాక బుద్ధి, బలము, పరాక్రమము, ఆరోగ్యము కలుగుచున్నవి. అవి సాధు జంతువులు. పుత్ర పుత్రికలవలె, మిత్రులవలె, మానవులను ప్రేమించును. ఎక్కడ బంధించిన అక్కడ కదలక మెదలక పడి యుండును. పారద్రోలిన దూరముగా పోవును. ఎటు నడిపిన అటు నడచును. వాటికి క్రూర జంతువుల వలన అపాయ

మెదురైన రక్షణ కొఱకు మన వంచన జేరును. అవి చనిపోయిన తదుపరి కూడా మానవులకు తమ చర్మముతో పాదరక్షలు జేసి-కొనుటకు ఉపయోగపడుచు ప్రజలకు సేవ జేయును. అట్టి పాడి పశువులను చంపుట విశ్వాస ఘాతకము కాదా ?". అని ప్రశ్నించిరి. పాడి పశువులలో గోవుల్ల వలన మిక్కిలి లాభములు కలుగును. అట్టి బహుళ ప్రయోజనకారియైన గోవును కామధేనువనుటలో అతిశయోక్తి యేమి గలదు ?

విశేషించి జలవాయు శుద్ధిజేయు నిత్యాగ్నిహోత్రములో, వివిధ కామనలతో జేయు పుత్రకామేష్టి, వర్షేష్టి మొదలగు విశేష యజ్ఞా-దులలో అవు నేయి ప్రధాన హోమ ద్రవ్యముగా నుండును. వీటి పాలు, పెరుగు, వెన్న, నేయి, మల మూత్రాదులు వివిధ ఔషధములలో భాగములుగా నుండును. వివిధ రోగములకు యివి పథ్యకారులు. కొన్ని రోగములకు ఇవి ప్రత్యేక ఔషధములు.

ఈ మధ్య రష్యాదేశపు ప్రఖ్యాత వైజ్ఞానికుడు డా.శిరోవిచ్ అవుపాలు, అవు నేయి, అవు పేడ మొదలగు వాటిని గురించి చేసిన పరిశోధనల ఫలితాలు చాలా ఆశ్చర్యకరముగా నున్నవి. వారు యీా విధముగా వివరించిరి. "వీటికి రేడియోధార్మిక శక్తి నుండి రక్షణ కల్పించు శక్తి యెక్కువగా నున్నది. అవు పేడతో అలి-కిన ప్రాంతము రేడియోధార్మిక శక్తిని నిరోధిస్తున్నది. ఇంటిపైన అవు పేడతో అలికిన యెడల ఆ యింటి లోనికి రేడియోధా-ర్మిక శక్తి ప్రవేశించుట లేదు. అవు నేతిని మంటలో వేసిన దాని పొగ (యజ్ఞవాయువు) వలన వాయు మండలములోని రేడియేషన్ యొక్క ప్రభావము తగ్గిపోవుచున్నట్లు కనబడుచున్నది." ప్రస్తుతము డా.శిరోవిచ్ రష్యాదేశములో పంచగవ్యములైన అవుయొక్క పాలు, పెరుగు, నెయ్యి, పేడ, మూత్రములపై పరిశోధన జేయుచున్నారు.

వీటివలన అనేక రకములైన చర్మవ్యాధులు పూర్తిగా నయ మగు-చున్నవనియు, మరికొన్ని రోగములలో కొంత నివారణ, కొంత ఉపశాంతి కలుగుచున్నదనియు, ఆరోగ్యవంతులు వీటిని సేవించిన నిరోగులై దీర్ఘజీవనము పొందగలరనియు చెప్పుచున్నారు.

మహాభారత అనుశాసనపర్వ 83 వ అధ్యాయములో ధనము కన్నను గోవు గొప్పదని వివరించుటకు వ్యాసుడు అలంకార రూప-ముతో నొక కథను చెప్పెను.

ఒకసారి లక్ష్మీదేవి సుందర వస్త్ర ఆభూషణములతో నలంక-రించుకొని గోవుల మందలో ప్రవేశించెను. గోవులు ఆమె వైభవమును జూచి నీవు యెవరవో దయచేసి మాకు తెలుపవలసినదని కోరినవి. అపుడు లక్ష్మీదేవి "ఓ గోవులారా ! మీకు శుభమగును గాక ! నేను యీ లోకమున లక్ష్మిగా ప్రసిద్ధిని పొందితిని. మానవులందఱు నన్నే కోరుదురు. నా ఆశ్రయము వలననే దేవతలందఱు భోగముల ననుభవించు చున్నారు. ఋషులు సిద్ధిని పొందుచున్నారు. ధర్మార్థ-కామమోక్షములు నా వలన సిద్ధించుచున్నవి. కాని నేను మీ మధ్య నివసించ గోరుచున్నాను. అందుచే స్వయముగా మీ మధ్యకు వచ్చి మిమ్ములను ప్రార్థించుచున్నాను అనుమతించుడు. " అవి కోరెను. దానికి గోవులు "ఓ లక్ష్మీదేవీ! నీవు చంచలమైనదానవు. ఒక చోట స్థిరముగానుండవు. నీవు అనేకులతో సంబంధము పెట్టుకుందువు. కనుక మామధ్య నీవు వసించవలదు. మరెక్కడనైననూ ఆనంద-ముగానుండుము. మాకు గడ్డి గాదములే పుష్టినిచ్చుచున్నవి. నీతో మాకేమిపని? "అని చెప్పెను. అందుకు లక్ష్మీదేవి "యితరులకు మేలుచేయు గోవులారా! మీరు నన్ను త్యజించుటవలన లోకములో నేను అవహేళన పాలగుదును. ఉపేక్షింప బడుదును. కావున నాపై దయచూపుడు. మీరు గొప్ప ఐశ్వర్యదాతలు. ఎందరినో పోషించుచున్నారు. నేను మీ భక్తురాలను. మీ శరణుజొచ్చితిని.

నాకు మీయందు చోటునిండు. కనీసము మీశరీరములోని ఏ అంగమునందైనా, మలమూత్రాంగములందైనా చోటుదొరికిన చాలునని కోరుకొనుచున్నాను. మీ అంగములలో ఏదియును అపవిత్రమైనది కాదు. కనుక మీ అంగిములలో దేని యందు నాకు చోటునిత్తురో తెలుపు"డని ప్రార్థించినది. అప్పుడుగోవులన్నియు పరస్పరము ఆలోచించుకొని " ఓ లక్ష్మీదేవీ! నీవు శోభాయుక్తురాలువు. మేము నిన్ను సన్మానింపవలసినదే. నీవు మా మలమూత్రములలో వశింపుము. ఎందుచేతననగా మా మలమూత్రములు పరమపవిత్రమైనవి " అని చెప్పెనట. అప్పటినుండి శుద్ధిజేయుటకు వాడబడే గోవుల మలమూత్రాదులలో లక్ష్మీదేవి వసించుచున్నదట.

పై కథ అలంకారరూపములో గోవుల మలమూత్రములు కూడా పవిత్రములేననియు, వివిధ సంపదలకన్నా గోవులే శ్రేష్ఠతమములనియు తెలుపుచున్నది.

ప్రాచీన చరిత్రలో గో ప్రశంస

ప్రథమ స్మృతికర్తయైన మనువు తన ధర్మ శాస్త్రములో గో మహిమను గొప్పగా కీర్తించిరి. అనేక ప్రాయశ్చిత్తవిధులలో గో మూత్రముతో శుద్ధిని విధించి యుండిరి. ఒక భూభాగమును శుద్ధి చేయవలెనన్న-

'సమ్మార్జనోపాఞ్జనేన సేకేనోల్లేఖనేన చ
గవాఞ్చ పరివాసేన భూమిః శుధ్యతి పంచభిః '

(మను 5-124)

ఆ భూభాగమును గోమయముతో అలికి గోమూత్రము చల్ల వలెను. ఆ భూమిపై ఒక రాత్రి, పగలు గోవును కట్టివేసి యుంచవలెను. అప్పుడు ఆ భూభాగము శుద్ధి యగును.

మహాకవి కాళిదాసు రచించిన 'రఘువంశ మహాకావ్యము'లో గోమహిమను వివరించుటకు అలంకారరూపములో (అతిశయోక్తిగా వర్ణించినను) సంతానములేని దిలీపు మహారాజునకు గో సేవాశుశ్రూషల వలన సంతానము కలిగినట్లు గలదు.

దిలీప మహారాజునకు పూర్వజన్మకృత పాపవశమున సంతానము కలుగలేదు. తన పట్టపురాణి సుధేష్ణతో కుల పురోహితుడైన వశిష్ఠుని ఆశ్రమమునకు వెళ్ళి తనకు సంతానము కలుగు ఉపాయము తెలుపుడని ప్రార్థించెను. అందుకు వశిష్ఠుడు 'ఓ రాజా! ఈ అడవిలో సంచరించు నందిని అను గోవును శ్రద్ధా భక్తులతో సేవింపుము, దాని వెంట నడుచుచు అది కూర్చున్న కూర్చొనుచూ, జలపానము చేసిన జలపానము చేయుచూ, ఆహారము తీసుకొనిన ఆహారము తీసుకొనుచు గడుపుము. దాని వలన నీకు సంతానము కలుగగలదని చెప్పెను. ఆ దంపతులిరువురూ అత్యంత శ్రద్ధా భక్తులతో ఆ నందిని గోవును 21 దినముల వఱకు సేవించిరి. పులి బారి పడకుండ కూడా రక్షించిరి. దాని ఫలితముగా వారికి సంతానము కలిగెను. ఈ చారిత్రక కథ వలన సంతాన హీనులు గోసేవ చేసిన సంతానము

కలుగవచ్చునని తెలియుచున్నది. వాల్మీకి రామాయణములో కూడా రఘు వంశజులైన రాజులు గోసేవ చేసినట్లు కనబడుచున్నది.

మహాభారతములో శ్రీకృష్ణుడు చేసిన గోసేవా వర్ణనలు చాలా కలవు. అతని బాల్యము గోవుల మధ్యనే గడచినది. తన మురళీ గాన ముతో గోవులను పరవశింపజేసి గోపాలుడను బిరుదును పొందెను. కంసుని రాజ్యములో గోవధ జరుగుచుండెడిది. దానిని యెదిరిం చుటకు రాయాణ వైశ్యుడు పూనుకొని "రాధా" అను సంకేత నామముగల గోరక్షా సంఘమును స్థాపించి గోహత్యా నిరోధమునకు అందోళన గావించెడివాడు. తదుపరి ఆ బాధ్యతను కృష్ణుడు స్వీక రించి కంసుని వధించి గోవులను రక్షించెను. ఇంతేకాని 'రాధ' రాయాణ వైశ్యుని భార్యయైన స్త్రీ కాదు. భాగవతములో కృష్ణుడు గోమూత్ర స్నానము చేసినట్లుగా, గోధూళిని వంటికి రాచుకొని స్నానము చేసినట్లుగా వర్ణన కలదు.

మహాభారతములో భీష్ముడు గోవు యజ్ఞస్వరూపముగ వర్ణించెను.

> "యజ్ఞాంగం కథితా గావో యజ్ఞ యేవ చ వాసవ
> యేతాభిశ్చ వినా యజ్ఞో న వర్తేత కథంచన "
>
> (అనుశాసన పర్వము 83-17)

ఓ వాసవా! గోవు యజ్ఞమునకు ఒక అంగిము. అంతేగాక సాక్షాత్తు యజ్ఞస్వరూపముగానే ఋషులు చెప్పెదరు. ఎందుచేతన నగా వీటి పాలు, పెరుగు, నెయ్యి లేనిదే యజ్ఞము చేయుటెట్లు? మరొకచోట అశ్వమేధ యజ్ఞ సందర్భమున భీష్ముడు కపిల గో మహిమను వర్ణించుచు-

> పవిత్రం చ పవిత్రాణాం మంగళానాం చ మంగళమ్
> పుణ్యానాం పరమం పుణ్యం కపిలా పాండు నందన
>
> (మ.భా.అశ్వమేధ 92)

"ఓ పాండునందనా! కపిలగోవు సమస్త పవిత్ర వస్తువులందు మొదటగా లెక్కించదగినది. మంగళకర వస్తువులలో ఎక్కువ కల్యాణకరమైనది. పుణ్యజీవులలో పరమ పుణ్య జీవి"అని కీర్తించిరి. ఆ సందర్భముననే శ్రీకృష్ణుడు కపిల గో మహిమను యిట్లు వివరించెను -

యస్యైతా కపిలాః సంతి గృహే పాప ప్రణాశినాః
తత్ర శ్రీర్విజయః కీర్తిః స్థితా నిత్యం యుధిష్ఠర

(మ.భా.అశ్వమేధ 92-)

ఓ యుధిష్ఠరా! ఎవరి యింట కపిల గోవు వసించునో అచట శ్రీ (ఐశ్వర్యము), విజయము మఱియు విశాల కీర్తి నిత్యము ఆ యింట వసించుచుండును.

అనుశాసన పర్వములో చ్యవన మహర్షి కథ గోవు విలువను చాటుచున్నది. భృగు పుత్రుడైన చ్యవన మహర్షి జలములోనే వసించు దీక్షను గైకొని గంగా, యమునా నదులలో జలచరములతో కలిసి వసించుచుండెను.

ఒకసారి మత్స్యములతో బాటు మహర్షి జాలరుల వలలో చిక్కుకొనెను. జాలరులు క్షమాపణ వేడుకొని మీరు బయటకు వచ్చి మత్స్యములను మా కిమ్మని ప్రార్థించిరి. అందుకు ఋషి నేను వీటిని విడిచి ఉండలేను. కనుక నన్నుకూడా కలిపి ఎవరికైనా అమ్ముడని చెప్పెను. భయపడిన ఆ జాలరులు రాజువద్దకు పరిగెత్తి విషయమును వివరించిరి. మహారాజు నహుషుడు స్వయముగా వచ్చి మహర్షిని ప్రార్థించెను. అయిననూ మహర్షి తన మూల్యము జాలరులకు చెల్లించనిది నేను బయటకు రాలేనని చెప్పెను. అందుకు రాజు తమ విలువ యెంత? అని అడుగుచూ వందరూపాయల నుండి లక్షరూపాయల వరకు ఇచ్చుటకు తయారయ్యెను. అదియునూ సరిపోదని మహర్షి చెప్పెను. క్రమముగా తన అర్థరాజ్యము, తన పూర్తి రాజ్యము యిచ్చుటకు రాజు సిద్ధపడెను. అదియునూ సరిపోదని మహర్షి చెప్పెను. అందుకు నహుషుడు మీరే మీ విలువను తెలుపుడని కోరగా విద్వాంసులను పిలిచి విచారించమని సలహా

చెప్పెను. విద్వాంసులు యీ మహర్షి విలువ ఒక గోవుకు సమా వమని చెప్పిరి. ఎందుచేతననగా గోవులు విద్వాంసులతో సమాన ప్రయోజకారులనియు, వీటిని మించిన విలువైన వస్తువులు ప్రపంచ మున లేవనియు చెప్పిరి. ఈ సందర్భములోనే చ్యవన మహర్షి గోమహిమను వర్ణించుచు-

గావో లక్ష్మ్యా సదా మూలం గోషు పాప్మా న విద్యతే
అన్నమేవ సదా గావో దేవానాం పరమం హవిః
(మ.భా. అనుశాసన 51-28)

గోవులే వివిధ ఐశ్వర్యములకు మూలము. గోవులందు యే కొద్దియును అపవిత్రమైనది లేదు. గోవులే మానవులకు ఎల్లప్పుడు అన్నమును, దేవతలకు హవ్యమును యిచ్చుచున్నవి. గోవుల మల మూత్రములవలన, గోవత్సములైన యెద్దులవలన వ్యవసాయాది పనులు నెరవేరి అన్నము ఉత్పన్నమగును. దివ్యగుణములు గల పృథివీ జల వాయు రాకాశాదులందు కలుగు దోషములను నివారించుటకు యజ్ఞాదులలో ఆవు నెయ్యి అవసరమగును. పై దేవతలు యీ హవ్యము వలననే శుద్ధులగుదురు. ఇవి వారికి ఆహారము.

మరెన్నో సందర్భములలో మహాభారతమునందు గో ప్రశంస కనబడుచున్నది. విరాట్ పర్వములో పాండవులు గోరక్షణచేసిన విషయము అందఱకు తెలిసినదియే.

మధ్యకాలీన చరిత్రలో గోవు

మహాభారత యుద్ధానంతరము వేదప్రచారము సన్నగిల్లి వాటి తోబాటు గోసేవా, యజ్ఞాదులుకూడా సన్నగిల్లినవి. అయినప్పటికి హిందువులని వ్యవహరింపబడు భారతీయార్యులలో గోభక్తి యుండెడిది. అందుచేత విదేశీయులు తమ రాజ్యము స్థిరపడుటకు, అందోళనలు లేవకుండుటకు భారతీయుల ఆచారములను కొన్నింటిని మన్నించెడి వారు. ఈ విషయము మొగలాయి సామ్రాజ్యస్థాపకుడైన బాబర్ తన కుమారుడైన హుమాయూన్‌కు వ్రాసిన ఒక లేఖ వలన తెలి యుచున్నది. ఆ లేఖ సారాంశము ఇట్లున్నది -

" పరమాత్మునకు ధన్యవాదములు. ఓ పుత్రుడా! మన హిందూరాజ్యములో వివిధ ధర్మావలంబులు నివసించుచున్నారు. భగవంతుడు ఆ రాజ్య శాసనము చేయు అధికారము నీ కొసంగెను. నీవు సాంప్రదాయక సంకుచిత భావములకు తలయొగ్గక న్యాయముగా పరిపాలన చేయుచూ ముఖ్యముగా గోహత్య జరగకుండా జాగ్రత్త వహింపుము. ఎందుచేతననగా అట్లు నీవు జేసిన హిందువులకు ప్రీతి పాత్రుడ వగుదువు. నీ శాసనము వలన వారు తృప్తి జెందుదురు. వారి మందిరములను, పూజించు వస్తువులను యెప్పుడును నష్టపరచ వద్దు . . . . . . " అని వ్రాసిరి.

హుమాయూన్ కూడా తండ్రిమాటను జవదాటక గోరక్షణ చేసెను. ఒకసారి ఈరాన్ వెళ్లుచుండగా ఒక రోజు తినుట కేమియు లభించలేదు. విచారించగా సమీపములో తమ బంధు వొకరున్నట్లు తెలిసి వారింటికి తన నౌకరును పంపి ఆహారమును తెప్పించుకొనెను. అందు రొట్టెలు, కూరగాయలతో పాటు గోమాంసముకూడా ఉండుటను జూచి హుమాయూన్ క్రోధితుడై "ఓరి నీచుడా, నీ పొట్ట నింపుకొనుటకు ఈ పద్ధతేమిటి? గోమాతను వధించుట ఎంత అపరాధము? మరి ఏ జంతువును నీకు దొరకలేదా?" అని గద్దించి ఆహారమును విసిరివేసి ఒక గ్లాసు షర్బతు మాత్రము త్రాగి నిదురించెను. మరునాడు సామాన్య శాకాహారమునే గ్రహించెను.

అక్బరు క్రీ.శ. 1586వ సంవత్సరములో అప్పటి మౌల్వీలతో సంప్రదించి గోహత్యా నివారణ చట్టము చేసెను. అది యిప్పటికిని గ్వాలియర్ సంస్థానము నందు సురక్షితముగా నున్నది. దాని సారాంశము ఈ విధముగా నున్నది -

"ప్రతి జంతువు వలన యేదో ఒక లాభము యుండియే యుండును. వీనిలో గోవులు అత్యంత ఉపయోగకరమైనవి. ఎందుచేతననగా మానవులు, పశువులు ఆహారము తిని జీవింతురు. వ్యవసాయము చేయక ఆహారము లభించదు. నాగలి దున్నుటకు ఎద్దులు అవసరము. అది గో సంతతియే. అంతేగాక గోవులవలన మరెన్నో ప్రయోజనములు కలవు. సమస్త మానవుల, పశువుల

జీవనాధారము గోవు యని స్పష్టమగుచున్నది. పై కారణముల వలన నా రాజ్యములో గోహత్య పూర్తిగా నిషేధించబడవలెనని కోరుచున్నాను. ఎవరైనా ఈ ఆజ్ఞను అతిక్రమించిన చేతివ్రేళ్ళు నరకబడును. ఉరిశిక్షకు గురిచేయబడుదురు."

జహంగీరు, షాజహాన్ కూడా యీ గోహత్యా నిరోద చట్టమును అమలు పరచిరి. ఔరంగజీబు మాత్రము మతాంధుడై యీ చట్టమును తీసివేయుటయే గాక అనేక స్థలములందు బాహాటముగా గోహత్యలను జరిపించెను.

శివాజీ బాల్యములో మహమ్మదియుల రాజ్యముననే గోమాంసమును విక్రయించుచున్న ఒక కసాయి వానిని చంపుట జరిగినది. యువకుడైన తదుపరి తన గురువైన సమర్ధ రామదాసు ప్రేరణతో గో బ్రాహ్మణులను రక్షించుటకు "హిందూ పద పాదషాహి" (మరారా రాజ్యమును) స్థాపించుట జరిగినది.

ఆంగ్లేయుల రాజ్యకాలములో గోవధ మరింత వృద్ధి జెందినది. అంతేగాక ఆవు క్రొవ్వుపూసిన తూటాలను హిందూ సైనికులకు యిచ్చెడివారు. వాటి పైపొరను పళ్లతో పీకి నాలుకతో తడి చేసి తూపాకియందుంచి ఉపయోగించవలసి వచ్చెడిది. హిందువుల కీపని యిష్టము లేకున్నను బలవంతముగా చేయించుచుండెడివారు. క్రీ.శ. 1857 లో మంగళపాండే అను బ్రాహ్మణ యువకుడు ఆంగ్లేయ సైన్య మందుండెను. అతను మరొక గ్రామము పయనించుచు దారిలో దాహమునకు గురియయ్యేను. సమీపములోని ఒక బావివద్ద నీరు తోడుకొనుచున్న ఒక యువతిని మంచి నీరిమ్మని అడిగెను. అందుకు ఆ గో భక్తురాలైన సోదరి 'ఓ అన్నా ! నీ నోటి నుండి, చేతుల నుండి గోవు యొక్క క్రొవ్వువాసన వచ్చుచున్నది. నీకు నీళ్లిచ్చి నాపాత్రను అపవిత్రము చేసుకుందునా ?' అని ప్రశ్నించినది. ఈ మాటలు మంగళపాండ్య హృదయమునకు ఘాటుగా తగిలినవి. అతనిలోని ధార్మికభావనలు జాగృతమైనవి. పరిణామముగా తన శిబిరమునకు వెళ్లి విప్లవమునకు ప్రయత్నములు చేసెను. దాని

ఫలితమే 1857 సంవత్సరములో మొదటిసారిగా ఆంగ్లేయ శాసన మునకు విరుద్ధముగా మొదటి తుపాకీ గుండు పేలినది. దీనిని బట్టి గోరక్షణార్థమే భారత ప్రథమ స్వాతంత్ర్య సంగ్రామము ఆరంభమయ్యెనని తెలియుచున్నది.

మఱొక సంఘటన - క్రీ.శ. 1191 సంవత్స"ములో మహమ్మదు గోరి 25,000 అశ్వికదళముతో ఈరాన్ దేశము నుండి మన దేశమునకు దండెత్తివచ్చెను. ఆ సేన ఢిల్లీ వైపు పయనించుచుండగా భటిండా దుర్గములోని కేవలము 4,000 రాజపుత్ర సైనికులు (గో భక్తులు) మూడు నెలల వరకు ఢిల్లీ వైపు పోకుండా ఆపివేయగలిగిరి. ఈ లోపున ఆనాటి ఢిల్లీ సామ్రాట్టయిన మహారాజు పృథివీరాజు చౌహాను సేనలను తయారు చేసుకొని చిత్తోడ్ ఘడ్ మహారాణా సమర సింహుని సహకారముతో అక్కడకు వచ్చి చేరెను. థాణేశ్వర సమీపమున సరస్వతీ నదీ తీరములో తరవాజీ మైదానము నందు ఘోరయుద్ధము జరిగెను. అందు మహమ్మదు గోరి పరాజితుడగుటయే గాక బందీ అయ్యెను. ఢిల్లీలో దర్బారుకు తీసుకు రాబడిన గోరీతో పృథివీరాజ్ చౌహాన్ ఈ విధముగా పలికెను. "నీతో మేమెట్లు వ్యవహరింపవలెను ?" అందుకు మహమ్మదు గోరీ చేతులు జోడించి, తల వంచుకొని, దీనవదనముతో, సిగ్గుతో "మహారాజా ! నన్ను క్షమింపుడు. నేను మీ గోవునైతిని" అనెను. వెంటనే మహారాణా సమరసింహుడు ఆశ్చర్యముతో "నీవు గోవువా ?" అనెను. పృధ్వీరాజ్ చౌహాన్ జాలి తలచి "ఓ గోరీ మేము నిన్ను క్షమించితిమి. నీవు మా గోవువైతివని చెప్పుచున్నావు. హిందువులు యే గోవునకు కష్టము కలుగుట సహించలేరు. ఇక దండించుటెట్లు ?" అని విడిచి పెట్టెను. వెను తిరిగి జూడక గోరీ తన దేశమునకు పారిపోయెను.

కాని విశ్వాసఘాతకుడైన గోరి పలుమార్లు భారతదేశము పై దండెత్తి దోచుకొనెను. ఈ కథ వలన అంత మహాపరాధిని కూడా

"నేను మీ గోవునైతిని" అని చెప్పినంత మాత్రమున విడిచి పెట్టుట అనాటి వారి గోభక్తిని చాటుచున్నది.

అంగ్లేయుల పరిపాలన కాలములో కూడా మహారాణా రణ జిత్ సింహ, మహాదాజీసింధియా మొదలగు సామంతరాజులు తమ సంధి పత్రములలో ఆంగ్లేయ సైనికులు గోమాంసము తిన్నను, గోహత్య చేసినను సైన్యము నుండి తొలగించు ఒప్పందము గావించు కొనిరి. తరువాత క్రమక్రమముగా భారతీయులలో గో భక్తి తగ్గుచు వచ్చుచున్నది.

గోమేధ యజ్ఞము

వేదాలలో అనేక చోట్ల యజ్ఞ మహిమ కీర్తింపబడినది. యజ్ఞము భారతీయ సంస్కృతిలో ఒక అంగము. ప్రతి శుభాశుభ కార్యములందును యజ్ఞము చేయుట అనివార్యము. గృహస్థులు ఉదయ సాయం సమయములందు విధిగా దైనిక యజ్ఞము చేయ వలెను. అంతేగాక వారి దృష్టిలో "యజ్ఞో వై శ్రేష్ఠతమం కర్మ" వేదవిహితకర్మలలో యజ్ఞము ఉత్తమోత్తమమైనది. యజ్ఞము వలన సర్వప్రాణులకు మేలు జరుగవలెను. ఏ ప్రాణికి హింస జరిగినను అది యజ్ఞము కాదు. అందుచేతనే దీనికి "అధ్వర" మని మఱి యొక పేరు. ఈ అధ్వర పదమును యాస్కమహర్షి యీవిధముగా నిర్వచించెను. "అధ్వర ఇతి యజ్ఞనామ, ధ్వరతి హింసాకర్మా, తత్ ప్రతిషేధః" - అధ్వరమని యజ్ఞమునకు పేరు. ధ్వరతి యనగా హింసించుట అని అర్థము. దానికి వ్యతిరేకార్థముగా యెచట హింస లేశమాత్రముండదో దానికి అధ్వరమని పేరు. ఈ పేరే యజ్ఞ ములో హింస జరుగకూడదని స్పష్టముగా తెలుపుచున్నది.

రాష్ట్ర సంక్షేమము కొఱకు, ప్రజాసంక్షేమము కొఱకు వివిధ కామనలు (కోరికలు) నెరవేరుట కొఱకు అశ్వమేధ, రాజసూయ, గోమేధ, పుత్రకామేష్టి, వర్షేష్టి మొదలగు యజ్ఞములు నిర్మింపబడినవి. అందు అశ్వమేధ మనగా దేశ సంక్షేమము కొఱకు చేయు యజ్ఞము.

రాష్ట్రమునకు అశ్వమను పర్యాయపదము కలదు. (రాష్ట్రం వై అశ్వః) గోమేధ యజ్ఞమనగా భూమిలోని దోషములను తొలగించు టకు చేసెడి యజ్ఞము. ఏ కారణము చేతనైన పంటపొలములు నిర్వీర్యమైనపుడు వాటిని మరల వీర్యవంతము జేయుటకు యీ యజ్ఞము చేసెడివారు.

కాని దురదృష్టవశాత్తు మహాభారత యుద్ధానంతరము మన దేశమున వేద ప్రచారము సన్నగిల్లినది. వేద విద్వాంసులును కరువైరి. తత్ఫలితముగా వేద విరుద్ధమైన అనేక సాంప్రదాయములు వెలసినవి. అందు తాంత్రిక సాంప్రదాయము ఒకటి. తాంత్రిక సంప్రదాయములో విచ్చలవిడిగా మద్య మాంస భక్షణము, వ్యభిచారము జరుగుచుండెడిది. ఈ తాంత్రికులు వేదమునకు విపరీ తార్థములు వ్రాసి ప్రజలను తప్పుదారి పట్టించిరి. పశువులన్ను చంపి యజ్ఞము జేయుట నారంభించిరి. గోమేధ, అశ్వమేధ, అజామేధ మొదలగు యజ్ఞములలో గోవులను, అశ్వములను, మేకలను చంపి ఆ మాంసముతో ఆహుతుల నిచ్చి యజ్ఞశేషముగ మిగిలిన మాంస మును ప్రజలకు ప్రసాదముగా పంచిపెట్టెడివారు. సామాన్యప్రజలు యిష్టము లేకున్నను ప్రసాదము తినకున్న పాపము వచ్చునని తినె డివారు. క్రమముగా అలవాటు చేసుకొనెడి వారు. సోమరసమునకు బదులుగా మద్యము ఆహుతుల నిచ్చి మిగిలిన మద్యమును యజ్ఞ శేషముగా- ప్రసాదముగా ప్రజల చేత త్రాగించెడివారు. క్రమముగా వారు మద్యపానాసక్తు లయ్యెడివారు. వారి యీ దుష్టాచారము లకు ప్రమాణముగా నుండుటకు సాయన, మహీధర ఆచార్యులచే వేదములకు విపరీత వ్యాఖ్యానములు వ్రాయించిరి. దాని ప్రభావము వలన గోమేధ యజ్ఞము అనేక గోవుల వధతో జరిగెడిది.

పృధ్వికి గల 21 పేర్లలో గా మొదటి పేరు (యాస్కనిఘం టువు 1-1). దీనికి యాస్కుడు నిరుక్తములో యీ విధముగా నిర్వచించెను. " గౌరితి పృధివ్యా నామధేయమ్ యద్దూరం గతా భవతి, యచ్చాస్యాభూతాని గచ్ఛంతి" (నిరు 2-5). అట్లే గోవుకు గల 9 పేర్లలో మహీ అనునది ఒకపేరు. మహీ అనగా మాతృభూమి

అని యర్థము. "మేధమ్" అనగా పవిత్రపరచుట, వృద్ధి పరచుట అని అర్థము. "గోమేధమ్" అనగా భూమిని శుద్ధి జేయు ఒక యజ్ఞ ప్రక్రియ.

గో పదమునకు యింద్రియములు, సూర్యకిరణములు, గాలోమి యను మూలిక మొదలగు అర్థములు కూడా కలవు. ఆ యా ప్రకరణములను బట్టి అర్థమును గ్రహించవలసి యుండును. ప్రాచీన కాలములో ఋషులు గోమాంసమును తినెడివారని చేసిన ప్రచారము కూడా సత్యము కాదు. వేదము మాంసాహారమును పూర్తిగా నిషేధించును. ఎవరును యెట్టి పరిస్థితులలోను మాంసము తినకూడదని వేద మాదేశించును. తాంత్రికుల ప్రభావము వలన యిట్టి అవైదిక కల్పనలు జరిగినవి. వీటి నెదురించుటకై చార్వాక జైన బౌద్ధ మతములు ఉద్భవించినవి. సర్వదర్శన సంగ్రహ కర్తయైన విష్ణుశర్మ యీ విధముగా ప్రశ్నించెను. -

"పశుశ్చే నిహితః స్వర్గం జ్యోతిష్టోమే గమిష్యతి
స్వపితా యజమానేన తత్ర కస్మాన్న హింస్యతే ."

అనగా జ్యోతిష్టోమాది యజ్ఞములలో చంపబడిన పశువు స్వర్గమున కేగిన మరి వృద్ధులైన మీ మాతాపితలను యజ్ఞములో బలిచేసి స్వర్గమున కేల పంపరు ?

అహింసా మూర్తియైన బుద్ధుడు ఒక చోట తన ఆవేదనను పాలీ భాషలో యిట్లు వ్యక్త పరచెను.

"అన్నదా బలదా చేతావణ్ణాదా సుఖదాతథా
యేతమత్యవసం ఞత్వానాస్సుగావో హాసిం సుతే
నా పాదా నావిసానేణ నాస్సుహింసంతి కేనచ
గావో ఎళక్ సమానా సొరతకుంభదుహన
తదిసన్లే గహే త్వాణ రాజా సత్యేధ ఘాతయి "

"అనగా పూర్వకాలమున బ్రాహ్మణులు అన్నము, బలము, కాంతి మఱియు సుఖమునిచ్చు గోవును యెప్పుడును హింసించెడివారు కాగు. కాని నేడు కుండలకొలది పాలనిచ్చు, ఎవరికిని

తన పాదములతోను, కొమ్ములతోను అపకారమొనర్చని మేకవంటి సాధు జంతువైన గోవును గోమేధ యజ్ఞము పేరుతో బలిచేయు చున్నారు. ఇది ఎంత ఘోరము."

మహాభారతము నందలి శాంతి, అనుశాసన పర్వములలో కూడా యజ్ఞములో పశుబలి చేయకూడదని చెప్పబడినది.

గోహత్య నరహత్యతో సమానము

యది నో గాం హంసి యద్యశ్వం యది పూరుషమ్
తం త్వా సీసేన విద్యామో యథా నోऽసో అవీరహా
(అథర్వ 1-16-4)

ఎవరు గోవును గాని, అశ్వమును గాని, మానవునిగాని చంపుదురో అట్టి ఘాతకులను తుపాకిగుండుతో చంపి మరల అట్టి ఘోరములు జరుగకుండ జాగ్రత్తవహించవలెను.

విషం గావం యాతుధాన భరంతామా వృశ్చంతా మది-తయే దురేవాః
పరైణాన్ దేవః సవతా దధాతు పరా భాగమోధీనాం జయంతా
(అథర్వ 8-3-16)

ఎవరైనా దుర్మార్గులు గోవులకు విషమిచ్చిన గాని లేక వాటిని చంపిన గాని రాజు వారి సర్వ సంపదలను, సర్వస్వమును హరించి, అన్న ఔషధములకు దూరము చేసి చంపవలెను.

ఇట్టి ఆదేశములు వేదములందు గలవు. స్మృతిగ్రంధముల లోను, ఇతిహాసములోను యిట్టి ఆదేశములు అనేకము లభించును. మానవ ప్రాణి యెంత ముఖ్యమో, ఆ మానవ ప్రాణుల జీవనము దేని పై ఆధారపడి యున్నదో అట్టి గోవును అంతయే ముఖ్యమగును. అందుచేతనే గో హత్యను మహాపాతకములలో నొకటిగా మన పెద్దలు చేర్చిరి.

దయానందుడు-గోవు

దయామూర్తియైన మహర్షి దయానందుడు అనన్య గోభక్తుడు. ఆయన గోవును ఆర్య సంస్కృతి యొక్క ప్రతిష్ఠగా భావించెను. మానవ జీవనము యజ్ఞముతో ముడిపడి యున్నదని ఆయన నిరూపించెను. మహాత్మాగాంధీ రాట్నములో భారతీయ స్వరాజ్య దర్శనమును, భారతీయ ఉన్నతిని దర్శించగా మహర్షి దయానందుడు గో సంరక్షణలోనే స్వరాజ్యదర్శనమును, మానవ ఉన్నతిని దర్శించెను. గోసేవ వలన ఆహారముతో బాటు వస్త్రములకు మూలమైన పత్తియును లభించును. అన్నిటికన్నామించి వేదాదేశములకు దయానందుడు మెదటిస్థాన మిచ్చును. వేదములందు వర్ణింపబడిన గో మహిమయే వారికి ఈ ప్రేరణనిచ్చినది. తన "గోకరుణానిధి" యను లఘు గ్రంథములో గో మహిమను 19వ శతాబ్దములో లోకమునకు చాటిన మొదటి ఆచార్యుడు దయానందుడు. ఆ గ్రంథమునందు కేవలం గోసంరక్షణకొరకే గాక సమస్తపాడి పశువుల సంరక్షణకు ప్రేరేపించెను. పాడిపశువులపట్ల మాతృ భావన కలిగి యుండవలెనని, అవి ముసలివైనను మన ముసలి తలిదండ్రులను సేవించునట్లు సేవించవలెననియు, లేకున్న కృతఘ్నుల మగుదుమనియు హెచ్చరించెను. పరమేశ్వరుడు అన్ని ప్రాణులను యేదో ఒక ప్రయోజనముకొరకే సృజించెననియు వాటివలన ఆ ప్రయోజనము పొందుట ధర్మమగును గాని వాటిని హింసించి, చంపి విపరీతముగా నుపయోగించుకొనుట బుద్ధిమంతులకు ధర్మముకాదని వివరించిరి. మాంసాహారుల సందేశములకు, కుయుక్తులకు చక్కటి హేతుబద్ధ సమాధానములొసగిరి. పశువును తాను స్వయముగా చంపకున్నను తినువాడు, వండువాడు, వడ్డించువాడు మొదలగు యెనమండుగురు పాపభాగులగుదురని మనుధర్మశాస్త్రములోని ఈ క్రింది శ్లోకము నుదహరించి వివరించిరి.

"అనుమంతా విశసితా నిహంతా క్రయవిక్రయీ
సంస్కర్తా చోపహర్తా చ ఖాదకశ్చేతి ఘాతకాః"
(మనుస్మృతి 5-51)

జంతువును చంపుమని చెప్పువాడు, హింసించువాడు, చంపువాడు, మాంసమును కొనువాడు, అమ్మువాడు, మాంసమును వండువాడు, వడ్డించువాడు, తినువాడు ననుయెనమండుగురు హింసకులే-పాపభాగులే.

ఒకనాడు దయానందుడు గోరక్షణ విషయము నుపదేశించుచుండగా కొందరు ఫాదరీలు స్వామిని చూడవచ్చిరి. వారిలో జోన్స్ అను ఫాదరీని "దేనిని మంచిపని యందురు"అని స్వామి ప్రశ్నించిరి. దానికి జోన్స్ మీరే వివరించుడని కోరెను. ఏపనివలన అధిక మానవులకు అధిక ప్రయోజనము కలుగునో ఆకర్మను మంచిపని అందురని వివరించిరి. ఆసిద్ధాంతమును తానుకూడా అంగీకరింతునని జోన్స్ చెప్పెను. అప్పుడు స్వామి గోవు వలన కలుగు లాభములను సోదాహరణముగా వివరించి చెప్పిరి. ఆ యుపదేశమును విని జోన్స్ "గోమాంస భక్షణము నేటినుండి త్యజించుచున్నా"నని అక్కడనే ప్రతిజ్ఞచేసెను.

కర్నల్ బ్రూక్ అను ఆంగ్లేయుడు గవర్నర్ జనరల్‌కు ఏజంటుగా నుండెడివాడు. అతనికి సాధు సన్యాసులనిన గిట్టదు. కాని ఒక ఉద్యానవనములో దయానందుని చూచిన వెంటనే అతనికి శ్రద్ధ యేర్పడెను. తన బంగ్లాకు రమ్మని ఆహ్వానించెను. మరునాడు అతను పంపిన బండిలో దయానందుడు రామస్వరూపు అను శిష్యుని వెంటబెట్టుకొని బ్రూక్ బంగ్లాకు వెళ్లెను. అచట అనేక విషయములతోబాటు గోవుల వలన కలుగు లాభములను గోహత్య వలన కలుగు నష్టములను స్వామి వివరించి చెప్పి గోవధను మాన్పించుమని బ్రూక్‌ను కోరెను. దానికి కర్నల్ బ్రూక్ "స్వామీ! మీరు చెప్పినవన్నీ నేను అంగీకరింతును. గోవధను మాన్పించగల

అధికారము నాకు లేదు. నేను మీకొక పత్రము వ్రాసి యివ్వగలను. మీరు గవర్నర్ జనరల్‌తో కలసి సంభాషించుడు. నా ఈ పత్రము చూచిన ఇతర అధికారులు కూడా మిమ్ములను సన్మానింతురు" అని ఒక పత్రము వ్రాసి ఇచ్చెను. ఒకసారి తమ స్వదేశమునకు వెళ్లు చున్న లాట్ మ్యోర్ మఱియు కమసన్ అను ఆంగ్లేయాధికారులతో దయానందుడు "మీరు ఇంగ్లాండునకు వెళ్లి అచట భారత మంత్రా లయ సమావేశములో పాల్గొనునపుడు భారత హితమును మనసులో నుంచుకొని గోవధను మాన్పించుటకు ప్రయత్నించు"డని కోరెను.

మానవ మాత్రులందఱకు నుపకరించు గోమాతలను రక్షించు టకు విశేషించి " గోవధ నిషేధ"శాసనము తెచ్చుటకు దయా నందుడు విశేష కృషి చేసెను. లక్షలాది భారతీయుల సంతకము లతో విక్టోరియా మహారాణికి సమర్పించుటకు ఒక వినతి పత్రమును తయారు చేసెను. దురదృష్టవశాత్తు విషప్రయోగమునకు గురియై తీవ్ర అస్వస్థతపాలై ఆ వినతి పత్రమును విక్టోరియా మహారాణికి సమర్పించకుండగనే దయానందుడు స్వర్గస్థుడయ్యెను.

తదుపరి దయానందుని శిష్యులైన ఆర్యసమాజీకులు ఆ పత్ర మును సమర్పించుటకు ప్రయత్నించగా మహాత్మాగాంధీ, సర్దార్ పటేల్ మొదలగు స్వాతంత్ర్య సమరయోధులు ప్రజల దృష్టిని స్వరాజ్య లక్ష్యమునుండి మరల్చవద్దనియు, స్వాతంత్ర్య సముపార్జనానంత రము ఒక్క కలము పోటుతో "గోవధనిషేధ శాసనము" తీసుకు రాగలమనియు హామీ యిచ్చి ఆపుచేసిరి.

దయానందుని రచనలచే ప్రభావితులైన మహాత్మా గాంధీ హరి జనోద్ధరణతో బాటు, గోసంరక్షణకుకూడా ప్రయత్నించిరి. గోసేవా సంఘమును స్థాపించి జాతికి గోసేవను ప్రబోధించిరి. కాని గాంధీజీ వారసులైన నేటి కాంగ్రెస్ నాయకులు యీ పుణ్యకార్య మును అవహేళన జేసిరి. బొంబాయి, కలకత్తా వంటి నగరములలో కోట్లాది రూపాయల వ్యయముతో ఆధునిక కబేలాలను నిర్మించుటకు

అనుమతి నిచ్చిరి. అచ్చట ప్రతిరోజు సుమారు 5,000 గోవులు వధింపబడి వాని మాంసము డబ్బాలలో విదేశములకు యెగుమతి చేయబడుచున్నది. ప్రపంచమునకు గోసేవను బోధించవలసిన యీ స్వతంత్ర్య భారతదేశము నేడీ పాపిష్టి పని చేయుట లజ్జాకరము.

మహర్షి దయానందుని కృషి వలన దేశములో వందలాది గోశాలలు, పశుశాలలు స్థాపించబడినవి. అర్యులు ఎన్నో గోరక్ష ణాందోళనలు చేసి యెన్నెన్నో త్యాగములు చేసిరి. వీరు నిర్మించిన గోశాలలు నామమాత్రముగా యేర్పడినవి కావు. అదర్శ దుగ్ధశాల లుగా, గో సంవర్ధన కేంద్రములుగా ప్రసిద్ధి జెందినది.

దయానందుడు తాను వ్రాసిన వేద భాష్యములో సందర్భము వచ్చినప్పుడల్లా గోమహిమను వివరించుచు గోసేవకు ప్రబోధించెను. వేదములలో అనేకచోట్ల గోవును ఉపమానముగా జూపి రాజులు, ప్రజలు గోవులవలె పరోపకార పరాయణులు కావలెనను ప్రబోధములు కలవు.

నేటి గోమాత విలాపము

ఏ దేశమున గోవు తల్లిగా పూజింపబడినదో, ఏ దేశమున వేదములు, ఋషిమునులు గోమహిమను గొప్పగా కీర్తించిరో, ఎచట గోసంపదనే యదార్థ సంపదగా గౌరవించిరో ఆ భారత దేశమున నేడు గోమాత హృదయ విదారకముగా విలపించున్నది. గోమాం సముతో బాటు చర్మము కొఱకు అధునిక కబేళాలలో గోవును (గోసంతతిని) క్రూరాతి క్రూరముగా హింసించుచున్నారు. గోవులు సమృద్ధిగా పాలనిచ్చువఱకు, యెద్దులు చక్కగా పొలముదున్నువఱకు వాటిని తమ స్వార్థమునకు వినియోగించుకొని నిర్దయులైన మాన వులు వాటిని కసాయివారి కమ్ముదురు. వారు కొన్ని మందలను కూడబెట్టి పెద్ద పెద్ద కబేళాల కమ్ముదురు. ఆ కబేళాలలో ముఖ్య ముగ విద్యుత్‌తో నడుచు అధునిక కబేళాలలో కొన్ని రోజుల వఱకు

వాటిని ఆకలితో దాహముతో అలమటింప జేయుదురు. (వేల గోవులను మేపుటకు గడ్డి అచ్చట యెక్కడ నుండును?) తరువాత వాటిని కాళ్లు, తల కదలకుండా ప్రైపుల మధ్య బంధించి వాటిపై సలసల మరుగు వేడినీటిని పోయుదురు. అందువలన వాటిచర్మముపైన వెంట్రుకలు కాలిపోవును. చర్మము ఉబ్బును. మరింత ఉబ్బుటకు యంత్రసహాయముతో కట్టె బండలతో బాదుదురు. ఆ ఉబ్బిన చర్మమును గోవు బ్రతికి యుండగనే వలిచెదరు. తదుపరి వాటి శరీరములోని రక్తమునంతను చివరి రక్తపుబొట్టు కూడా మిగలకుండా యంత్రసహాయముతో లాగివేసి డ్రమ్ములలో నింపి ఎగుమతి చేయుదురు. అప్పటి గోమాత విలాపము హృదయ విదారకము. తరువాత వాటిని వధించి వాటి మాంసమును చెడిపోకుండా డబ్బాలలో సీలుచేసి విదేశములకు యెగుమతి చేయుదురు. ఈ విషయములను వినుట చేతనే మన మనస్సులు క్షోభించుచుండగా ఆ కఠినాత్ములకు చీమకుట్టినట్లుగా కూడా లేకుండుట ఆశ్చర్యము!

దయామూర్తియైన ఆ గోమాతను అంతగా హింసించినను మానవులకు సేవ చేయుచునే యున్నది. ఆ మాత ఓర్పుదప్పి యీ జాతిని శపించక ముందే భారతీయులు నిదుర మేల్కొని యీ హింసాకాండను ఆపుటకు ప్రయత్నించవలెను. లేకున్న యీ జాతికి యెంతదుర్గతి కలిగినను అది వారి స్వయంకృతాపరాధమే యగును.

పంచగవ్యముల ఔషధ విశేషత

పంచగవ్యము లనగా ఆవు పాలు, ఆవు పెరుగు, ఆవు నెయ్యి, గోమూత్రము, గోమయము (పేడ) వీటిని సమభాగములుగా చేర్చిన పంచగవ్యమగునని యందురు. ఇది శరీరమును శుద్ధి చేసి కఫ, వాత, అజీర్ణ, అపస్మృతి, పురాణజ్వరములను, అనేకరకముల నొప్పులను పోగొట్టునని కొందఱి అభిప్రాయము.

అనేక ప్రాయశ్చిత్త విధులలో పంచగవ్యములను లోనికి సేవించు విధానము గలదు. ఈ మధ్య రష్యాదేశములో ప్రఖ్యాత వైజ్ఞానికుడు డా. శిరోవిచ్ పంచగవ్యములపై పరిశోధన జేయుచు యీ క్రింది ఫలితములను ప్రకటించిరి. (1) ఆవుపాలలో రేడియోధార్మిక శక్తి నుండి రక్షణ కల్పించు శక్తి యెక్కువగా నున్నది. (2) ఆవు పేడతో అలికిన ప్రాంతము రేడియోధార్మిక శక్తిని నిరోధిస్తుంది. ఇంటిపైన ఆవు పేడతో అలికిన యెడల ఆ యింటిలోనికి రేడియో ధార్మిక శక్తి ప్రవేశించుట లేదు. (3) ఆవు నేతిని మంటలలో వేసిన దాని పొగవలన (యజ్ఞవాయువు వలన) వాయుమండలములోని రేడియేషన్ యొక్క ప్రభావము తగ్గిపోవుచున్నట్లు కనబడుచున్నది. (4) వీటివలన అనేక రకములైన చర్మవ్యాధులు పూర్తిగా నయమగుచున్నవి. కొన్ని రోగములు కొంతనివారణ యగుచున్నవి. (5) ఆరోగ్యవంతులు వీటిని సేవించిన నిరోగులై దీర్ఘజీవనులగు అవకాశమున్నది.

వీటిని విడివిడిగా వాడిన ఎన్నోవ్యాధులకు దివ్యౌషధములగును. గోవు ఒక విచిత్రమైన జంతువు. దాని శరీరములోని ప్రతీ అవయవము పవిత్రమైనదియు, ఇతరులను పవిత్రపరచునదియునై యున్నది. కనుక వీటిని విడివిడిగా తెలుసుకొందము.

ఆవుపాలు

నేటి నవనాగరిక భారతీయులు ఆర్థిక దృష్టితో ఆవు పాల కన్న గేదెపాలు మంచివని వాదింతురు. వేష భాషలలో సభ్యతా సంస్కృతులలో గ్రుడ్డిగా విదేశీయుల ననుకరించు వీరు పాల విషయములో విదేశీయుల నెందుకనుకరించరో తెలియకున్నది. నేడు ఆర్థికంగా, వైజ్ఞానికంగా అభివృద్ధి జెందిన దేశాలలో అంతటా ఆవు పాలే ఉపయోగింతురు. ఆవుపాల వలననే వారికి శరీర సౌష్టవము, బుద్ధి వికాసము కలుగు చున్నది. ఆటలలో, సాహస యాత్రలలో, వైజ్ఞానిక రంగములోకూడ వారే అగ్రగాములు. ఆరోగ్య దృష్టితోను,

బుద్ధి వికాసదృష్టితోను, ఆర్థిక దృష్టితోను అన్ని పాలకంటే ఆవు పాలే శ్రేష్ఠము.

రోగులకు, పిల్లలకు గేదెపాలకన్నా ఆవుపాలు ఎంతో ఉపయోగకరముగా నుండును. దానికి కారణము ఆ గోవుపాలు తల్లి పాలతో సమానమైన పోషక సమ్మేళనములు కలిగి యుండటచే త్వరగా జీర్ణమై శరీరధాతువులలో కలిసి పోతాయి. గోసంతానమైన ఎద్దులు, బరువుమోసేందుకు దున్నపోతులకంటే ఎక్కువగా ఉపయోగపడతాయి. ఎంత ఎండలోనైనా అవి పనిచేయగలవు. దున్నపోతులు కొద్ది ఎండకే అయాసపడిపోతాయి. కొద్ది నీరు కనబడిన వెంటనే ఆ బురదలోనికి వెళ్లి చతికిల బడతాయి. బండికి కట్టినా అవి అదే పని చేస్తాయి. ఆంగ్లేయ పరిపాలన కాలంలో ఉదయం పది గంటల నుండి సాయంత్రం నాలుగు గంటల వరకు ప్రమాదాలు నివారించుటకు దున్న పోతులను బండికి కట్టకూడదనే నియమం ఉండేది.

ఆర్థిక దృష్టితో చూసినా గేదెలకన్న ఆవులే యెక్కువ లాభదాయకములు. ఆవు 280 రోజులలో (మానవ స్త్రీతో సమానముగా) యీనుతుంది. కాని గేదె 310 రోజులకుగాని ఈనదు. అనగా ఒక మాసం యెక్కువగా గేదెను మేపవలసి ఉంటుంది. ఆవు దూడలు రెండు మూడు సంవత్సరములలో పెద్దవై గర్భము ధరిస్తాయి. కాని గేదెలు మూడు, నాలుగు సంవత్సరములకు గాని గర్భము ధరించవు. అందువల్ల ఒక సంవత్సరము యెక్కువకాలము గేదెను మేపవలసి ఉంటుంది. మేత విషయములో ఆవు కంటె గేదె యెక్కువ మేత మేస్తుంది. ఆవు రోజుకు 33 1/2 కిలోల మేత మేస్తే, గేదె 43.02 కిలోల మేత మేసినట్లు నైనితాల్‌లో చేసిన పరిశోధనలో తేలింది. నివాసానికి ఆవుకు కావలసిన చోటు కంటె గేదెకు యెక్కువ చోటు కావలసి ఉంటుంది. ఆవు ఖరీదు కన్న గేదె ఖరీదు

యెక్కువగా ఉంటుంది. గేదెల్ని యెక్కడ పడితే అక్కడ కట్టివేసేందుకు వీలు పడదు. అవుల్ని యెక్కడ పడితే అక్కడ కట్టివేయవచ్చును. అవి శుభ్రముగా నుండును. గోవు ఒక విశ్వసనీయమైన జంతువు. నీటి ప్రవాహములో చిక్కుకొనిన మనము అవుతోక పట్టుకొనిన అది నదిని దాటుటయేగాక మనలను ఒడ్డుకు జేర్చును. గేదెతోక పుచ్చుకొనిన అది చతికిల బడుటయే గాక మనను కూడా ముంచివేయును.

నైనితాల్‌లో డా. జగదీశ చంద్రగుప్తగారు 12 హార్యానా అవులను, 12 ముఱ్ఱాజాతి గేదెలను తీసుకొని Ph.D అధ్యయనము చేయగా గేదెల పాలకంటే ఆవులపాలు పది లీటర్లు ప్రతిరోజు యెక్కువగా లభించాయి. అవులు తక్కువగా మేత మేసి యెక్కువ పాలనిచ్చినట్లు, రెండవ పర్యాయము ఒక యేడాది లోపున ఈని పాలు యిచ్చినట్లు తెలిసినది. అంతేగాక అవుపాలను, గేదె పాలను తూకం వేసి చూడగా రెండింటి బరువు సమానమని తేలింది. గేదెలు రెండవ పర్యాయము 18 నెలల 24 రోజులకు గాని ఈనలేదు. అవు దూడలన్నీ బ్రతికాయి. గేదె దూడలు 50% చనిపోయాయి. గేదెలలో అరుగుదల ఖర్చు (depreciation value) యెక్కువ అని తేలింది. అందుచే అర్థిక దృష్టితో కూడా గేదె కన్న అవు లాభకారి.

గో క్షీరములో యే జంతువు పాలలోను లేని ఒక విషనాశక పదార్థమున్నదనియు, అది క్రిమి సంహారకమందులలో ఉపయోగించే అర్సెనిక్ మొదలగు మందులను కూడా (అహారముద్వారా మన శరీరములో ప్రవేశించిన) నశింపజేయగలదనియు అమెరికా శాస్త్రవేత్త డా. ఎస్.ఎ. ప్రోపుల్ చెప్పచున్నారు.

విదేశీ పర్యటన చేసివచ్చిన గొప్పకవి యోగియునైన శుద్ధానందస్వామి "స్విట్జర్లాండ్, బెల్జియమ్, స్వీడన్, ఇంగ్లాండు మఱియు అమెరికాలలో అవుపాలు సమృద్ధిగా దొరుకు చున్నవి. అచట విద్యుత్ యంత్రములతో అవుపాలను పిండుదురు. పెరుగు, వెన్న,

నెయ్యి తయారు చేయుదురు. అచటి ప్రజలు మిక్కుటముగా వాటిని తిందురు. అచట అవి పొంగి పొరలి ప్రవహించుచున్నవి. కాని ఒకప్పుడు గోపాలకృష్ణుని సమయమున పొంగి ప్రవహించిన యీ గో సంపద నేడు విదేశీయుల పాలైనది. ఇంగ్లాండులో ప్రతి ఐదుగురికి ఒక గోవు ఉన్నది. కాని నేటి భారత దేశ పరిస్థితి దీనికి విపరీతముగా నున్నది. ప్రజలదృష్టి ఆ వైపునకే మరలుట లేదు. అంతకన్న దురదృష్టకరము యీ భారతావనిపై గో మాత క్రూరముగా హింసింపబడుచున్నది" అని ఆవేదన జెందుచు భారతీయులకు పన్నెండు సూత్రములతో గో సమృద్ధి ప్రణాళిక నొక దానిని ఉపదేశించిరి.

గో క్షీరమును గుఱించి సుశ్రుతుడు సూత్రస్థానములో యీ విధముగా వివరించెను.

'అల్పా భిష్యంది గోక్షీరం స్నిగ్ధం గురు రసాయనమ్
రక్త పిత్త హరం శీతం మధురం రసపాకయోః
జీవనీయం తథా వాతపిత్తఘ్నం పరమం స్మృతమ్
(సుశ్రుత 49-51)

ఆవుపాలు అభిష్యంది గుణము లేనివై స్నిగ్ధములై గురుగుణము కలిగి రసాయనములుగా నుండును. మఱియు రక్తపిత్తములను హరించును. శీత వీర్యము కలిగించును. మధురరసము, మధుర విపాకము గలవి. జీవశక్తిని పెంచును. వాతపిత్తములను హరించుటలో ఉత్తమమైనవి.

భావ ప్రకాశములో ఆవుపాలను గూర్చి యీ విధముగా వర్ణింపబడినది.

మందాగ్నీనాం కృశానాఞ్చ విశేషదుతి సారినామ్
ఉత్సాహ దీపనం బల్యం మధురం వాతనాశనమ్

ఆవుపాలు మందాగ్నిని అనగా అజీర్ణమును పోగొట్టును. కృశించిన వారికి, అతిసార రోగులకు ఉత్సాహమును, జఠరాగ్నిని,

బలమును పెంచి దీపనమును, వాత నాశనమును గావించి పుష్టిని జేయును.

ఆవులలో వివిధ రంగులుండును. వీటి పాలలో కూడ కొన్ని సూక్ష్మమైన గుణభేదములుండును. దీర్ఘకాలము వైద్య విద్వాంసులు పరిశోధనలు జరిపి ఆ భేదములను యీ విధముగా వివరించిరి. తెల్ల ఆవు పాలు వాతహరములు - మిగిలిన ఆవుపాలకన్న కొంత చిక్కదనమును కలిగియుండును. నల్ల ఆవుపాలు పిత్తహరములు, అన్నిటికన్న మంచిది. పక్షవాత రోగులకు యెక్కువ లాభదాయకము. ఎఱ్ఱ ఆవుపాలు కఫ నాశకములు, వాతరోగులకు కూడా గుణకారి. చారలు గల ఆవు పాలు వాత పిత్తములను, ఉదర రోగములను పోగొట్టి వీర్య వృద్ధిని కలిగించును. పసుపు రంగు ఆవుల పాలు అధి కోష్ణము, అధికశీతలములచే గలుగు రోగముల నుపశమింపజేయును. కపిల గోవుల పాలు కంటికి మంచిది. త్రిదోషహరములు. సర్వో త్కృష్టములు, అవి మేయుమేతను బట్టి, త్రాగినవారి తత్త్వములను బట్టి పై గుణములలో కొద్ది హెచ్చు తగ్గులు కలుగుచుండును. అరుదుగా కొన్ని తత్త్వముల వారికి ఆవుపాలు వేడి చేయును. ప్రకృతి వైద్యానుభవమును బట్టి అట్టి వారు కూడా కొద్ది కొద్దిగా ఆవుపాలను సేవించి అలవాటు చేసికొన వచ్చును.

అమెరికాలోని ఇలినియాస్ వ్యవసాయ శాఖ ప్రచురించిన "The COW IS A MOST WONDERFUL LABORATORY" అను గ్రంథ ములో గోవు వలన కలుగు లాభములు విస్తృతముగా వర్ణింపడినవి. అమెరికా నిపుణుల అభిప్రాయము ప్రకారము - ఆవులు గడ్డి చొప్ప మొదలుగా గల పదార్థముల యందలి చిన్న చిన్న విషాలను కూడా జీర్ణం చేసుకుంటాయి. కాని వాటి పాలలో ఈ విషపదార్థములు ఏ మాత్రము నుండవు.

రష్యాయందలి విజ్ఞానవేత్తలు కూడా గో క్షీరం, గో ఘృతం, గో దధి ఎంతో ఉపయోగకరమైనవని నిర్ణయించారు. పాలిచ్చే

నాలుగు కాళ్ళ జంతువులలో ఒక్క ఆవు యొక్క ప్రేగు మాత్రమే 180 అడుగుల పొడువు ఉంటుంది. తను నమిలి తినే ఆహారాన్ని గోవులు ఆ ప్రేగులో నిలువచేసి ఉంచ ఒ.సెతాయి. ఆ సారాన్ని పాల రూపంలో మనకందజేస్తాయి.

ఆవుపాలతో కొన్ని చికిత్సలు

ఆవుపాలలో యెక్కువ చక్కెర వేసుకొని త్రాగిన జ్వరములు తగ్గును. దీర్ఘ జ్వరములలో ఆవుపాలలో ఆవు నెయ్యి, శొంఠి, ఎండు ద్రాక్ష పండ్లు, ఖర్జూరకాయలు వేసి మరగించి త్రాగిన గుణ కారిగా నుండును. మధుమేహరోగులు వేడి ఆవు పాలలో బెల్లము మితముగా వేసుకొని త్రాగుట మంచిది. కండ్ల నొప్పులకు, బాధలకు పచ్చి ఆవు పాలలో తెల్లటి శుభ్రమైన వస్త్రమును తడిపి కొద్దిగా పిండి కండ్లపై వేసుకొని పరుండిన తొందరలోనే బాధలు ఉపశ మించును. సౌందర్య వృద్ధికి వేడి ఆవుపాలలో ఆవు నెయ్యి, తేనె కలిపి త్రాగుట మంచిది. వేడి ఆవుపాలలో ఎండుద్రాక్ష, ఖర్జూ రకాయలు, మల్లాటి, పిప్పళ్లు మఱియు ఆవునెయ్యి కలిపి త్రాగిన గాయములు త్వరగా మానిపోవును. ఎముకలు విరిగినప్పుడు గోధుమ పిండి, లక్క, అర్జున పట్ట, ఆవునెయ్యి, ఆవుపాలతో కలిపి యెముక విరిగిన చోట పట్టీ కట్టవలెను. కొద్దిరోజులలో యెముకలు అతుకు కొనును. వేడి ఆవు పాలలో మిరియాలు, పటిక బెల్లము వేసు కొని త్రాగిన జలుబు తగ్గును. దీర్ఘకాల తలనొప్పులకు ఆవుపాలలో దూదిని తడిపి తలపైన (మాడపైన) వేసుకొనవలెను. ప్రతిరోజు తలస్నానము చేసి ఆవువెన్నతో మర్దన చేసుకొనవలెను. దీని వలన చాలా లాభములు కలుగును. హృదయరోగులకు, పాండురోగులకు ఎఱ్ఱ ఆవు పాలేమంచివని చెప్పెదురు. అమృతమువంటివి. అందుచే అన్ని పాలకన్న ఆవుపాలు శ్రేష్ఠమైనవి. వస్తుగుణ దీపికలందు గో

దుగ్ధ లాభములను వివరించు యెన్నో శ్లోకములు కలవు. ప్రకృతివైద్యములో క్షీర చికిత్సతో యెన్నో అజీర్ణవ్యాధులను, కృశించిన రోగములను బాగు చేయుదురు. మన దేశములోను, విదేశములలోను క్షీర చికిత్సలో ఆవు పాలనే వాడుదురు. గ్రంథ విస్తరణ భీతి చే కొన్నిటిని మాత్రమే యిచట తెలుపుట జరిగినది.

ఆవు పెరుగు

స్నిగ్ధం విపాకే మధురం దీపనం బలవర్ధనమ్
వాతాపహం పవిత్రం చ దధి గవ్యం రుచి ప్రదమ్
(సుశృతం - సూత్ర.)

ఆవు పెరుగు స్నిగ్ధమై విపాకమునందు (జీర్ణరసములతో కలిసి) మధురముగా మారును. ఇది జఠరాగ్నిని, బలమును పెంచును. వాతమును హరించును. పవిత్రమైనది. అనగా మానసిక దోషములను కూడా హరించును. అన్న హితవును కలిగించును.

రాజ నిఘంటువు నందును, భావ ప్రకాశము నందును కూడా యిట్లే చెప్పబడినది. ఇది తాపమును, దాహమును అణచి వేయును. తక్కిన పెరుగులన్నిటి కన్నను ఆవు పెరుగే యెక్కువ గుణవంతమై యుండును. గుణకారి అని యెక్కువ సేవించుట మంచిది కాదు. అట్లు సేవించిన కొన్ని దోషములు కలుగును. అప్పుడు వేడి నీళ్లు, జీలకఱ్ఱ, శొంఠిపొడి, బెల్లము, ఉప్పు మొదలగునవి విరుగుళ్లుగా ఉపయోగ పడును. కొందరికి వేడి చేయును. అట్టి వారు ఆవు మజ్జిగను వాడుట మంచిది.

ఆవు పెరుగుతో కొన్ని చికిత్సలు

పార్శ్వపు నొప్పి గలవారు కాచిన ఆవు పాలలో అన్నము వేసి తోడుపెట్టి మరునాడు సూర్యోదయ పూర్వమే తినిన పార్శ్వపు నొప్పి పోవును. అట్లు మూడు రోజులు తిన వలెను.

ఆవు మజ్జిగ

న తక్ర సేవీ వ్యథతే కదాచిత్
న తక్ర దగ్ధాః ప్రభవంతి రోగాః

అనగా నిత్యము మజ్జిగ త్రాగువాడు వ్యాధికి గురికాడు. రోగి సేవించిన ఆ వ్యాధి పెరుగకుండా నాపుచేయును. క్రమముగా రోగమును పోగొట్టును. నివారణానంతరము మజ్జిగను సేవించుచుండిన మరల ఆ వ్యాధి రాకుండా నాపుచేయు చుండును. "సర్వ రోగ హారం తక్రమ్" మజ్జిగ సర్వరోగిములను పోగొట్టును. ఈ మాటలు అతిశయోక్తులుగా కానవచ్చినను కొంత సత్యము మాత్రము గలదు. పెరుగు కన్న చల్ల తేలికగా జీర్ణమగును. అగ్ని మాంద్యమును పోగొట్టి తినిన ఆహారమును జీర్ణము చేయును. అందు ఆవు చల్లలో విశేష గుణము లున్నట్లు వైద్య గ్రంధములందు కలదు.

శ్లో. గవ్యమ్ త్రిదోష శమనమ్ పథ్యే శ్రేష్ఠం తదుచ్యతే
దీపనం రుచికృన్మేధ్యమ్ అర్శోదర వికారజిత్

అనగా ఆవుచల్ల వాత పిత్త శ్లేష్మములనెడి త్రిదోషములను శమింప జేయును. అన్ని రోగములందును ఉత్తమమైన పథ్య వస్తువు, అగ్ని దీపనమును, రుచిని, బుద్ధిబలమును యిచ్చును. మూలవ్యాధుల, ఉదరవ్యాధుల వికారము లన్నియు హరించును.

అందు చేతనే పెద్దలు "యధా స్వర్గాణా మమృతం సుఖాయ, తధా నరాణాం భువి తక్ర మాహుః"

'ఎట్లు దేవతలకు అమృతము సుఖము నిచ్చునో అట్లే పృధివీ మానవులకు తక్రము (చల్ల) సుఖము నిచ్చును' అని చెప్పెదురు.

శ్లో. రుచకాగ్ని మరీచీనాం చూర్ణం సక్రేణ సంవితమ్
గ్రహణీ ఉదర గుల్మానం క్షణ్మాంద్య ప్లీహ నాశకృత్

ఆవు మజ్జిగలో నల్లఉప్పు, పంచాంగములతో కూడిన నల్ల చిత్రక చూర్ణము కలిపి సేవించిన గ్రహణి (బంక విరోచనములు), జలోదరము, జీర్ణాశయ వ్రణములు, అజీర్ణము, ప్లీహ వ్యాధులు పోవును. పూజ్య వినోబాభావేగారు 'తక్రం తారకం' అనే పుస్తకంలో ఆవు మజ్జిగవల్ల చాలా రోగాలు నయమగునని వ్రాశారు. ఈ మధ్య ఉజ్జయిని మునిసిపాలిటీ వారి పరిశోధనలో ఆశ్చర్యకరముగా పెరుగుతో తిన్న బాలుర కన్నా వెన్న తీసిన మజ్జిగతో తిన్న బాలుర బరువు యెక్కువ పెరిగినది.

ఆవు వెన్న

ఆవు వెన్నలో చాలా తేలికగా జీర్ణమగు క్రొవ్వు కలదు. ఈ క్రొవ్వు మన శరీరములో మన క్రొవ్వుగా మారి సౌందర్యమును కలుగ జేయును. పసిమి వన్నెను కలిగించును. చర్మమునకు రాచుకొనిన నిగనిగలాడునట్లు చేయును. నెయ్యిని జీర్ణము చేసుకోలేని వారు వెన్నను సేవించుట మంచిది. వైద్య నిఘంటువులో దీని గుణములిట్లు వర్ణింపబడినవి.

శ్లో. నవనీతం హితం గవ్యం వృష్యం వర్ణ బలాగ్ని కృత్
సంగ్రాహి వాత పిత్తాస్ర క్షయార్శోర్దిత కాసజిత్
తద్ధితం బాలకే వృద్ధే విశేషా దమృతం శిశోః

(నిఘంటు సారము)

అనగా ఆవు వెన్న అందరకు హితమైనది. వీర్య పుష్టిని, బలమును, శరీరమునకు బలుపును(పుష్టిని), అగ్ని దీపనమును కలిగించును. వాతవ్యాధులు, పిత్తరోగములు, రక్త వికారములు, క్షయ, మూలవ్యాధులు, అర్దితములు (నాడీవ్యాధులు), ఉబ్బసము, త్రిదోష జనితములగు వికారములు, నేత్ర వ్యాధులు మొదలగు వానిని శమింపజేయును. విశేషించి పిల్లలకు, ముసలి వారికి, గర్భిణీ స్త్రీలకు, దుర్బలులకు అమృతము వంటిది.

ఇంతేగాక, యిది మేహ తాపములను, ఉష్ణాధిక్యతచే కలుగు దగ్గులను పోగొట్టును. ఆవు వెన్నను వేడినీళ్ళతో మరిగించి పుచ్చు కొనిన లిక్విడ్ పేరాఫిన్ వలె మల బద్ధమును పోగొట్టును.

ఆవు నెయ్యి

ఆవు నేతికి సంస్కృత భాషలో "ఆజ్యము, సర్పి" అను రెండు పేర్లు కలవు. 'అజ్య' మనగా "అ సమంతాత్ జయంతి అసురాన్ అనేన " దేని వలన వాతావరణములోని ప్రాణులకు శత్రు వులైన రోగ క్రిములు నశింపబడునో అది అజ్యము అని నిరుక్త నిర్వచనము. 'సర్పి' అను పదము "స్ప గతౌ" అను ధాతువుచే తయారగును. 'సర్ప' మను పదము కూడా నిదే ధాతువుతో తయా రగును. పాములు గాలిలోని విషవాయువులను స్వీకరించి విషముగా మార్చి తమ రక్షణార్థము కోరలలో ధరించు నట్లే సర్పి శరీరము లోని విషములను, వాతావరణములోని విషములను హరించి వేయును. ఆవు నేతిని గూర్చి వైద్య గ్రంథములలో యీ విధముగా వర్ణింప బడెను -

శ్లో. ధీకాంతి స్మృతిదాయకం బలకరం మేధా ప్రదం పుష్టి-
దమ్,
వాతశ్లేష్మహరం విపాకమధురం, పిత్తాపహం హృద్దితం,
వహ్నేర్వృద్ధికరం శ్రమోపశమనం వృష్యం వపు స్థైర్యదం,
గవ్యం హవ్యతమం ఘృతం బహుగుణం భోగ్యం భవే-
ద్భాగ్యతః.

ఆవు నేయి, బుద్ధిబలమును, కాంతివృద్ధిని, జ్ఞాపకశక్తిని, బల మును, మేధను, బలుపును, నొసంగును. వాత శ్లేష్మ రోగముల నుపశమింప జేయును. మఱియు నియ్యది పాకమున మధురమై యుండును. పిత్తముల శాంతి నొందించి హృదయమునకు హితక రమై జఠరాగ్ని నుద్దీపింప జేయును. శ్రమాయాసముల పోగొట్టును. శుక్రవృద్ధి నొసంగును. శరీరమునకు స్థిరత నొసంగును. హవ్యములుగా అగ్నిలో వ్రేల్చబడు వస్తువులలోకెల్ల నియ్యది మిక్కిలి శ్రేష్ఠమైన దియు, విస్తారమగు గుణములు కలదియు, ఎంతటి అదృష్టవంతులకో

గాని అనుభవించు భాగ్యము కలుగదనియునని దీని తాత్పర్యము. సుశ్రుతాచార్యుడు కూడా యిట్లే వర్ణించిరి.

శ్లో. విపాకే మధురం శీతం వాతపిత్త విషాపహమ్
చక్షుష్యమగ్ర్యం బల్యంచ గవ్యం సర్పిర్గుణోత్తరమ్
(సుశ్రుత. సూత్ర. 68)

అవు నెయ్యి మధుర విపాకము, శీత వీర్యము గలది. వాతపిత్తములను, శరీరములోని విషములను బోగొట్టును. కంటికి చాలా మేలు చేయును. బలము నిచ్చును. అన్ని నేతులకంటెను ఆవు నెయ్యి శ్రేష్టతమమై యుండును.

అనేక ఆయుర్వేద యోగములలో (మందులలో) ఆవు నేతిని ఉపయోగింతురు. కొన్ని ప్రాంతములలో పాము కరిచిన వారిచే ఆవు నేతిని త్రాగింతురు. దాని వలన విషహరణము జరుగునని చెప్పుదురు. ఇది మెదడుపైనుండు గ్రేమేటరును వృద్ధి చేసి జ్ఞాపక శక్తిని పెంచును.

విశేషించి ఆవు నేతితో విధి పూర్వకముగా హోమము చేసిన వాతావరణ కాలుష్యము దూరమగును. పుత్ర కామేష్టి, వర్షేష్టి మొదలగు యజ్ఞములలో ఆవు నేతిని వాడుదురు.

[ఈ విషయములను వివరముగా తెలుసుకొన గోరు వారు నాచే సంకలనము చేయబడిన "అగ్ని హోత్రము - వైజ్ఞానిక స్వరూపము" అను పుస్తకమును చదువ గోరెదను.]

గో మూత్రము

దీనిని ఆవు పంచిత మనియు అందురు. దీనిని ఔషధముగా లోపలకు పుచ్చుకొనిన చాలా రోగములు నయమగును. ఇట్లు చేయుట మనకు అసహ్యమనిపించును. అయినను యిది అమృతము వలె పని జేయును. కొన్ని ప్రాయశ్చిత్త విధులందు దీనిని లోపలకు త్రాగించు విధానము కలదు. ఆయుర్వేద గ్రంథములందు దీని గుణములిట్లు వర్ణింప బడినవి.

గోమూత్రం కటు తీక్ష్ణోష్ణం సక్షారత్వాన్న వాతలమ్,
లఘ్వగ్ని దీపనం మేధ్యం పిత్తలమ్ కఫవాతనుత్.
శూలగుల్మోదరానాహ విరేకా స్థాపనాదిషు,
మూత్ర ప్రయోగ సాధ్యేషు గవ్యం మూత్రం ప్రయో-
జయేత్. (సుశ్రుత.సూత్ర.222)

గోమూత్రము కొంచెము కారముగను, ఘాటుగను నుండి ఉప్పగాను, వగరుగాను ఉండును. తీక్ష్ణ గుణము కలది. కొద్దిగా వాతము చేయును. అగ్ని దీపనము చేయును. జ్ఞాపక శక్తిని పెంచును. కఫ వాతములను పోగొట్టును. శూల, గుల్మము, ఉదరము, విరేచనములు మొదలగు వ్యాధులందును, మూత్రరోగములందును గోమూత్రమునే ఉపయోగింతురు. పిచ్చి, ఉన్మాదము మొదలగు మానసిక రోగములను యిది పోగొట్టును. నేత్ర సంబంధములగు జబ్బులను, ఉబ్బసము, క్షయ మొదలగు వ్యాధులను యిది నశింప జేయును.

దీని మూత్రములో అనేక లోహ లవణములుండును. ఇవి భూసారమును వృద్ధి పరచును. దీనిని అనుపాన భేదముతో ఒక మందుగా వాడిన మలేరియా, వాంతులు, విరోచనములు, టైఫాయిడ్, సర్పవిషములు పోవునని కొందరి అనుభవము. అయుర్వేదములో అనేక లోహములను శుద్ధి పరచుటకు గోమూత్రమును వాడుదురు.

ఇది శరీరములోని సప్త ధాతువులను శుద్ధి పరచి ఎట్టి జ్వరమునైనను హరించును. జలోదరము నివారణ యగును. దీనిని కొద్దిగా వేడిచేసి లోనికి పుచ్చుకొనిన (తగుమాత్రము) విరేచన కారిగా పనిజేయును. దీనితో కంటి స్నానము (కండ్లను తుడుచుకొనిన) నేత్ర జ్యోతి వృద్ధి యగును. చెవిలో వేసుకొనిన చీముకారుట మొదలగు దోషములు పోవును. ప్లీహ రోగములందు యిది రామ బాణమువలె పనిచేయును. ఉదయ సాయంకాలముల యందు రెండు తులముల గోమూత్రమును సేవించిన ఒక వారములో గొప్ప ఉపశాంతి లభించును. రక్తమాలిన్యములు, దురద, కుష్ఠురోగము, చర్మరోగములు,

కడుపులో క్రిములు, వాంతులు, కఫము, కడుపులో గ్యాస్ మొదలగు అనేక జబ్బులకు గోమూత్రము ఔషధముగా పనిచేయునని ఆయుర్వేదాచార్యులు, ప్రసిద్ధ వైద్యులు, సురేష్ చతుర్వేది అంటున్నారు. ఈ మధ్య లభించిన అచ్చు పడని ఒక వైద్యగ్రంథములో స్త్రీల జబ్బులకు, మధుమేహము, క్షయ, పక్షవాతము, గుండె జబ్బు, పుట్ట వ్రణము (క్యాన్సరు) మొదలగు జబ్బులకు కూడా గోమూత్రము అమోఘముగా పనిచేయునని వ్రాయబడినది.

గోమయము (ఆవు పేడ)

దీనిని గోవిట్, భూమి లేపనము అని గూడా అందురు. గ్రామములలో గోమయముతో ఇండ్లను అలుకుకొనుటయు, వాకిళ్లముందు కల్లాపు చల్లుటయు కలదు. దీని వలన దుమ్ము లేవకుండుటయే గాక అనేక రోగక్రిములు నశించును. దుర్గంధము బోవును. తేళ్లు మొదలగు చిన్న చిన్న విషకీటకములు రాకుండును. దోమలను పారద్రోలును. దీనిని ఎండబెట్టి పొడిచేసిన 'గోమయ చూర్ణ'మగును. ఇది అనేక వ్యాధులకు మందుగా పనిచేయునని చరక సంహిత యందు ప్రత్యేకముగా ఒక అధ్యాయము వ్రాయబడెనది దానికి "గోమయ చూర్ణేయాధ్యాయ" మని పేరు కూడా కలదు.

గోమయమును తైలములో కలిపి కాచి సిద్ధము చేసినట్టి తైలమును గోమయతైలమని యందురు. దీని గురించి 'భవిషజ్య రత్నాకరము' నందు యిట్లు చెప్పబడెనది.

"గవాం శకృత్క్వాథ విపక్వ ముత్తమం హితంచ తైలం తిమిరేషు న స్తతః"

అనగా ఆవులయొక్క పేడ రసముతో కలిపి కాచి సిద్ధముచేసినట్టి తైలము అత్యుత్తమమైనట్టిదియే గాక రేచీకటిని పోగొట్టుటలో ప్రశస్తమైనదియైయుండును. మఱికొన్ని గ్రంథములలో తైలమునకు బదులుగా గోమయమును నేతితో కలిపి కాచి సిద్ధము చేయవలెనని యు చెప్పబడినది. దానిని 'గోఘృతాద్య తైలము' అందురు. ఇది కూడ పై గుణములనే కలిగి యుండును.

శ్రీ హరిరామ వైద్య, అయుర్వేదాచార్యులు ఒక వ్యాసములో "నిరాకరోత్తి నక్తంధం స గోమయ రసాఖిణాః - గోమయ రస ములో చిన్న పిప్పళ్లు అరగదీసి కంటికి కాటుకగా పెట్టుకొనిన రేచీకటి దూరమగు" నని వ్రాసిరి. "గోమయమును వంటికి రాచు కొనిన అనేక చర్మవ్యాధులు నయమగును. ఎండిన గోమయమును శరీరమునకు రుద్దుకొనిన చలి దూరమగును. ఎండిన పిడక ముక్క లను బట్టలలో నుంచిన పురుగులు పుట్టవు" అని వ్రాసిరి.

అవు పిడకలతో కొన్ని ఔషధములకు పురములు పెట్టవలెనను విధానము అయుర్వేదమునందు గలదు. విశేషముగా అవు పేడ గొప్ప యెరువు. మహారాష్ట్ర ప్రాంతములో "డా. కుమారప్ప గోవర్ధన సంస్థ" సంయోజకులు శ్రీ నారాయణ రావు పండరీ పాండేగారు అవు పేడతో యెరువును తయారు చేయు విధానమును రూపొం దించి విజయమును సాధించిరి. ఒక్క అవు వల్ల లభించే పేడతో ఒక సంవత్సరములో 80 టన్నుల యెరువును తయారు చేయవ చ్చునని వారు గట్టిగా చెప్ప చున్నారు. ఆ ఎరువులో నత్రజని 0.5 నుండి 1.5%, మరో ద్రవ్యం 0.5 నుండి 0.9% మిగిలిన సూక్ష్మద్రవ్యాలు 1.2 నుండి 1.4% ఉంటాయని నిరూపించారు.

దీనిని లెక్కలు కడితే ఒక సంవత్సరములో ఒక అవు వలన రూ. 17,885లు విలువ గల ఎరువు తయారగునని చెప్పచు న్నారు. రసాయనిక ఎరువులుకన్నా యిది ఎంతో శ్రేష్ఠమైనది. రసాయనిక ఎరువుల వల్ల అమెరికాలో 28 కోట్ల ఎకరాల భూమి యెడారిగాను, 70 కోట్ల ఎకరాలభూమి బంజరుగాను మారిపోవుచు న్నదని అమెరికా వ్యవసాయ శాఖ ప్రచురించిన "మిగిలిన భూమి సంరక్షణ" అనే పుస్తకములో వ్రాశారు.

మహారాష్ట్రలోని పునద్ "గో వర్ధన కేంద్రం" లో మహాత్మా గాంధీగారి శిష్యుడైన శ్రీ N.D. పండరి పాండేగారు ఒక్క కిలో అవు పేడతో గడ్డి గాదములు చేర్చి 40 కిలోల మంచి యెరువు తయారు చేసి చూపించు చున్నారు.

గోబరు గ్యాస్ వంటచెరకుగా చాలా ఉపయోగపడును. దీనిని డీజల్ యింజను నడిపేందుకు కూడా ఉపయోగించ వచ్చునని 'గ్రామ విజ్ఞాన కేంద్రం' వార్ధా వారి పరిశోధనలలో రుజువయినది. అక్కడ 6 హార్స్‌పవర్ యింజను నడపడానికి 20 శాతము డీజల్ 80 శాతము గోబర్ గ్యాస్ ఉపయోగిస్తున్నారు.

బీహారులోని కొందరు చిత్రకారులు ఆవు పేడతో ఒక రకమైన నల్ల రంగును తయారు చేసి బొమ్మలకు వాడుతారు. గుజరాత్, రాజస్థాన్, మధ్యప్రదేశ్‌లలో ఆవు పేడతో ఒక పేష్టును తయారుచేసి బట్టల నేతకు వాడుతారు. ఈ పేష్టువలన అద్దకం బాగా జరుగుతుందని చెబుతారు. ఒరిస్సాలోని మహారాణా జాతి కళాకారులు ఆవు పేడతో రకరకాల అందమైన బొమ్మలు తయారు చేస్తారు. వాటిని వారు "గోబర్ కుండయి" లని అంటారు. ఇవి అలంకరణకు చాలా బాగుంటాయి. విచిత్రమేమంటే అవి ఆవు పేడతోనే తయారవుతాయి కాని గేదె పేడతో తయారు కావటం.

గోపాలన మన కర్తవ్యము

భారతీయులుగా, వేద మతానుయాయులుగా, గోపాల కృష్ణుని భక్తులుగా నేడు గోమాత కొఱకు మనము కొంత త్యాగము చేయవలసి యున్నది. ఇప్పటికి భారత దేశములో 17 కోట్ల గో సంతతి యున్నది. పాలిచ్చు ఆవులు 5 కోట్లు, దూడలు 5 కోట్లు, యెద్దులు 7 కోట్లు యున్నవి. ఈ గోధనాన్ని రక్షించుకొని అభివృద్ధి పరచుకుంటే తిరిగి ఈ భారతదేశం అన్నపూర్ణగా ప్రాచీన వైభవముతో వర్ధిల్ల గలదు. ఇప్పటికే భారతదేశ ఆర్థిక విధానములో గోధన మెంతో ముఖ్యమైనది. గోవుల వలన నాలుగు రకాల ప్రయోజనాలు సిద్ధిస్తాయి. 1. పాలు, 2. "వ్యవసాయము, 3. బండ్లు లాగుటకు, 4. ఎరువు కొఱకు.

మన భారతదేశము వ్యవసాయ ప్రధానమైన దేశము.1, 2, 3 యెకరములు భూమి కలిగిన చిన్న రైతులే ఎక్కువగా కలరు.

వాటికి ట్రాక్టర్లను ఉపయోగించుటలో యెన్నో సమస్యలు ఎదురగును. జపాన్ దేశములో, రష్యా దేశములో చిన్నరైతులు ట్రాక్టర్లతో విసిగి ఎద్దులతో వ్యవసాయము చేయుచున్నారు. ఒక భారతీయ యాత్రికుడు వారి నీ విషయము ప్రశ్నించగా "గో సంతతి వలన మాకు వ్యవసాయ ప్రయోజనమే గాక పాలు, యెరువు కూడా లభిస్తాయని ట్రాక్టర్లు యివి యివ్వలేవు కదా ?" యని వారు యెదురు ప్రశ్న వేసిరట. ట్రాక్టర్లవలన వాతావరణ కాలుష్యము, వాటి కవసరమైన ఆయిల్ సమస్య మొదలగునవి ఎన్నో కలుగును. అంతకు మించి గో సంతతి లేకపోవుట వలన కృత్రిమ ఎరువులు వాడవలసి వచ్చును. అందువలన భూమి నిస్సారమగును. గో సంతతి వలన ఆ ప్రమాదము తప్పును. నేటికిని భారతదేశపు ఆర్థిక వ్యవస్థకు గో సంతతి చేకూరుస్తున్న బలం ఈ విధముగా నున్నది. ఒక సంవత్సరానికి పాలద్వారా 7,000 కోట్ల రూపాయలు, ఎద్దుల శక్తిద్వారా 6,000 కోట్ల రూపాయలు, గోమయం గోమూత్రపు యెరువు ద్వారా 5,000 కోట్లు రూపాయలు మెత్తం 20,500 కోట్లు లభిస్తున్నవి. మిగతా పాలిచ్చే జంతువుల కన్నా గోమాతలో ఉండే విశేషత యేమో ముందే తెలుసుకొని యున్నాము.

ఇప్పుడు కొందరు అధిక లాభాలను గడించాలని సంకర జాతి ఆవులను తయారు చేస్తున్నారు. వీటిద్వారా పాలు ఎక్కువ లభించినా వాటి దూడలు వ్యవసాయానికి పనికి వచ్చుట లేదు. తొందరగా వ్యాధిగ్రస్త మగుచున్నవి. ఎండను ఓర్చుకొన లేకపోవు చున్నవి. కనుక అటువైపు మన దృష్టిని పోనీక దేశవాళీ గోసంతతినే వృద్ధి పరచుకొనుట అవసరము. కొన్ని ప్రయోగాలలో అటువంటి దేశవాళీ గోజాతి యిప్పటికినీ ఉన్నదనియు, పుష్టికరమైన ఆబోతుతో దాటిస్తే చక్కటి గోజాతి లభించ గలదనియు తెలియుచున్నది. దీనితో బాటు మన మంతా కూడా హృదయ పూర్వకముగా గోరక్షణకు కొంత త్యాగము చేయాలి. పట్టణాలలో సాధ్యము కాకపోయినా పల్లెటూళ్లలో ప్రతి యింటిలో గోసంరక్షణ జరగాలి. పట్టణాలలో కూడా భాగ్యవంతులు, విశాల గృహములు కలవారు ఆవులను పోషించ వచ్చును. కుక్కలు

మొదలగు పెంపుడు జంతువులమీద కనబరిచే ప్రేమ, శ్రద్ధలను గోమాతపైవు మరలిస్తే తమకు, దేశానికి, భావితరాలకు యెంతో మేలు చేసిన వారగుదురు. సామాన్యులమైన మనము కూడా కొంత ఎక్కువ ధర చెల్లించి ఆవు పాలనే కావాలని కోరితే పాల ఉత్పత్తి కేంద్రాలలో గోవులను పెంచాలనే ఆలోచన కలుగుతుంది.

గోశాలలో కూడా పాలిచ్చే ఆవుల పోషణ తేలిక అవుతుంది కాని పాలు ఇవ్వని ఆవులను, వయసు మళ్లిన గోసంతతిని పోషించాలంటే చాలా సమస్యలు ఎదురవుతాయి. ఇలాంటి గోసంతతిని చూస్తూ చూస్తూ కసాయి వాళ్లకు అప్పగించలేక రోడ్లమీద వది లేస్తూ ఉంటారు. అట్టి ఆవులు దొరికిన చెత్తా చెదారము తిని జబ్బుపడి చనిపోతూ ఉంటాయి. లేదా కసాయి చేతుల్లో బడి నరికి వేయబడిపోతాయి. పేద రైతులు విధిలేక వీటిని అమ్మివేయుట కూడా జరుగుచున్నది. ఇట్టి ఆవులకొరకు అడవి ప్రాంతములో గోశాలలు నిర్మించి వాటి పోషణకు యేర్పాట్లు చేయాలి. అవి ముసలివైనా వాటి వల్ల మనకు పెద్ద నష్టము రాదు. అవి కొద్దిగా మేత మేసి మల మూత్రాలను మనకిస్తాయి. వాటిని మనము సద్వినియోగపరచుకుంటే గోబర్ గ్యాస్, మరియు యెరువు లభిస్తాయి. మానవులుగా ఇట్టి యేర్పాట్లు చేయుట మన కర్తవ్యము. లేకున్న కృతఘ్నుల మగుదుము. ఏ తల్లి దండ్రుల వలన మన శరీరము పోషింప బడినదో అట్టి తల్లి దండ్రులను ముసలి వారైనను మనము పోషింతుము. అట్లే గోమాత వలన పోషింప బడిన మనము అవి ముసలివైనపుడు సేవించుట మన ధర్మము. ఇప్పటికీ గోభక్తులైన దాతలు కొంద రున్నారు. కాని సేవానిరతిగల కార్యకర్తలు చాలా తక్కువగా ఉన్నారు. ఉన్న కార్యకర్తలు కూడా పెత్తనం కోసం చూస్తున్నారే కాని సేవా తత్పరత లేదు. వారి ప్రవర్తన వలన ప్రజలలో విశ్వాసం తగ్గిపోతూ ఉంది. అయిననూ ఇప్పటికీ కొన్ని గోసంరక్షణశాలలు ఆదర్శవంతముగా పనిచేస్తున్నాయి. ఎంతో మంది కార్యకర్తలు గోరక్షణాందోళనలలో యెన్నెన్నో త్యాగాలు చేస్తున్నారు. అటు వంటి వారిని మనము ప్రోత్సహించాలి. ప్రతి

నెల మన ఆదాయములో మన శక్తికొలది కొంత భాగాన్ని గోమాత సేవకు కేటాయించాలి. 'అఖిల భారత కృషి గో సేవా సంఘం' వారు ఆదర్శవంతమైన సేవ చేస్తున్నారు. వారు గోగ్రాస్ చందాదారులుగా మిమ్ములను తీసుకుంటారు. సంవత్సరానికి కనీసము రూ.51లు చందా యివ్వగలిగితే మీరు చందాదారులు కావచ్చును. దానికి ప్రతిఫలముగా ఒక మాసపత్రిక మీకు ప్రతినెలా ఉచితంగా అందుతుంది. "గోగ్రాస్" అని హిందీలో "గోసేవ" అని తెలుగులోను ప్రచురణ జరుగుచున్నది. లేదా కేవల పత్రిక చందా దారులుగా చేరవచ్చును. అందు గోమాత విశేషములు మరెన్నో తెలుసుకో గలరు.

ప్రభుత్వము కూడా తన ధర్మము తాను పాటించాలి. జాతిపిత గాంధీ మహాత్ముని ఋణము, సర్దార్ పటేల్, వినోబా భావే మొదలగు స్వాతంత్ర్య సమర యోధుల ఋణము తీర్చుకోవాలంటే వెంటనే ప్రభుత్వం సంపూర్ణ గోవధ నిషేధము అమలు పరచాలి. అంతేగాక ప్రత్యామ్నాయముగా గోసంరక్షణ కేంద్రాలు ఏర్పాటు చేయాలి. అప్పుడే వారికి నిజమైన శ్రద్ధాంజలి అవుతుంది కాని సభలు, సమావేశాల వలన కాదు. గోవును "జాతీయ పశువుగా" కేంద్ర ప్రభుత్వం ప్రకటించాలి. అప్పుడే దేశం ఉన్నతి చెందుతుంది.

చివరిగా మహాభారతములోని వ్యాసుని మాటలను మననం చేద్దాం

శ్లో. గావః ప్రతిష్ఠా భూతానాం తథా గావః పరాయణమ్,
గావః పుణ్యాః పవిత్రాశ్చ గోధనం పావనం తథా.

సర్వ ప్రాణుల ప్రతిష్ఠ అభ్యున్నతి గోవులోనే యున్నది. అట్లే సర్వ ప్రాణుల పారమార్థికత గోవులోనే యున్నది.
గోవులు పుణ్య స్వరూపములు. పవిత్ర మైనవి. గోధనము పవిత్ర మైనది.

గో మాతకు జై

శమ్ ఇతి ఓం

మహా పురుషుల దృష్టిలో గోమాత

శ్లో॥ గావః ప్రతిష్ఠా భూతానాం తథా గావః పరాయణమ్ ।
గావః పుణ్యాః పవిత్రాశ్చ గోధనం పావనమ్ తథా ॥

1 "ప్రాణులన్నిటిలో గోవులే గౌరవప్రదమైనవి మరియు పరమార్థ సాధకములు గో సేవయే పుణ్యము మరియు పవిత్రము అట్లే గోధనమే శారీరక మానసిక ఆరోగ్యముల నిచ్చు పావన ఔషధము"

– వేదవ్యాసుడు (మహాభారతము)

2 " యహీ దే ఆగిఅ తురకన్ గహి ఖపాఊం,
గఊ ఘాత కా దోష్ జగ్ సే మిటాఊం ।
యహీ ఆస్ పూరన్ కరో తుమ్ హమారీ,
మిటే కష్ట గౌఅన్ ఛుటే దోష్ భారీ ।
యహీ బేనతీ ఖాస్ హమారీ సునీజై,
అసుర్ మారకర్ రచ్ఛ గౌఅన్ కరీజై ! "

– గురు గోవింద సింహ

3 " ఓ శివాజీ ! హిందూ (ఆర్య) జాతి కల్యాణము మరియు మానవ జాతి ఆరోగ్యము కొరకు గోమాతను రక్షింపుము "

– సమర్థ గురు రామదాసు

4. ' ఆగచ్ఛ దేవీ కల్యాణీ శుభాం పూజాం గృహాణ చ '
' త్వం మాతా సర్వదేవానాం '
' నమో బ్రహ్మణ్యదేవాయ గో బ్రాహ్మణ హితాయ చ '

– మహర్షి గణము

5. " ఓ నా ప్రజలారా ! చూడుడు పొరబాటున కూడా మీరు గోవును అనాదరణ చేయుట గాని, గోవుకు హాని చేయ తలపెట్టుట గాని చేయవద్దు ఇంతే కాదు, వాటిని ప్రేమతో, శ్రద్ధతో, కరుణతో సేవించుడు "

– అశోకుడు (స్థూపములపై)

6 " గోవు మొదలగు పశువుల నాశము రాజు మరియు ప్రజల నాశమునకు హేతువగును "

- మహర్షి దయానందుడు

7 " గోహంతకుని పట్టుకొని గ్రామ ప్రజలంతా అతని ముఖముపై ఉమ్మెడు. గోవులను చంపు దుర్మార్గు లెచ్చటనున్నను వెదకి వెదకి చంపుడు. "

- బందా వీర బైరాగి

8 " ఓ నెపోలియన్ సేనాపతులారా ! మీరు " గోమాంసము తినము అని " ప్రమాణము చేసిననే మిమ్ము నా సైన్యమున చేర్చుకొందును "

- మహారాణా రణజిత్ సింహ

9 " స్వాతంత్ర్యము వచ్చిన ఐదు నిమిషములలోనే ఒక కలము పోటుతో (శాసనముతో) గోహత్య నిలిపివేయుదుము "

- బాల గంగాధర తిలక్

10 "స్వరాజ్యముకొరకైనను నేను గోరక్షణను విడిచిపెట్టలేను "

" గో రక్షణ వల్లనే మన జాతి, మన ధర్మము రక్షింపబడును "

" నా దృష్టిలో గో రక్షణ స్వరాజ్యసముపార్జన కంటే ఏమాత్రము తక్కువకాదు అంతేకాదు, స్వరాజ్యప్రాప్తికన్నను గోరక్షణయే ఎక్కువయని భావింతును గోహత్య మానవహత్యతో సమానమని నా వ్యక్తిగత అభిప్రాయము."

" గో రక్షణ కొఱకు అవసరమైనచో తన ప్రాణముల నర్పింపనివాడు హిందువెట్లగును· "

- మహాత్మాగాంధీ

1 నేను మృత్యువునైనను స్వీకరింతును గాని గో మాంసముతో తయారైన ఔషధమును సేవింపను "

- మాతా కస్తూరిబా గాంధీ

2. " ఓ భారతీయులారా ! మన పిల్లలకు గో దుగ్ధమును త్రాగించుడు. అందుచే మన జాతి బలవీర్యములచే ఫలించును. పుష్పించును. "

- పంజాబ్ కేసరి లాలా లజపత్‌రాయ్

CPSIA information can be obtained at www.ICGtesting.com
Printed in the USA
LVOW03s1328310815

452218LV00019B/388/P